खाऊचा डबा

छोट्यांबरोबर मोठ्यांसाठीही...

•••

विष्णू मनोहर

सकाळ प्रकाशन

सकाळ प्रकाशन

Khaucha Daba

खाऊचा डबा

लेखक : विष्णू मनोहर

प्रथम आवृत्ती : मे २०१८

मुखपृष्ठ आणि मांडणी संकल्पना : मधुमिता शिंदे

अक्षरजुळणी व मांडणी : यशोधन लोवलेकर

प्रकाशक : सकाळ मीडिया प्रा. लि.
५९५, बुधवार पेठ,
पुणे - ४११ ००२

ISBN : 978-93-87408-03-6

संपर्क : ०२०-२४४० ५६७८/८८८८८ ४९०५०
sakalprakashan@esakal.com

चिऊ-काऊच्या घासात रंगून खाणाऱ्या
आणि खिलवणाऱ्यांना...

अनुक्रमणिका

अनुक्रमणिका

मनोगत

शाळेतून घरी आल्यावर दप्तर फेकून आणि हातपाय धुवून सगळ्यांत आधी धावायचं ते स्वयंपाकघरात. आईनं तिच्यासाठी केलेल्या थालीपीठातला तुकडा तव्यावर झाकून ठेवलेला असे किंवा मग आम्हाला खाण्यासाठी खाऊचा डबा भरून ठेवलेला असे. तो चिमणीइतका खाऊ खाल्ला, पाणी प्यायलं की लगेचच खेळायला पळायचं, हा आमचा लहानपणीचा शिरस्ता. आजही छोट्या दोस्तांना इवलासा खाऊचा डबा खाताना बघितलं ना की मला असाच डबा भरून घेण्याची इच्छा होते.

पण आता माझे फक्त खाणारे राहिलेले नाहीत, तर खिलवणारेही आहेत. त्यामुळे 'आई, मला भूक लागली' म्हणणाऱ्या मुलांना रोज नवं ते काय द्यायचं, या तमाम आईवर्गाच्या प्रश्नाला या पुस्तकाच्या रूपात उत्तर द्यायचा प्रयत्न केला आहे. मुलांना रोज तेच ते खाऊन कंटाळा येतो, तेव्हा रोज नवीन काय उत्पन्न करू? सतत पिझ्झा, बर्गर, नूडल्स खायला मागणाऱ्या मुलांसाठी आणखी कोणते पर्याय आणू? ते देखील मुलांना आवडतील असे? ही देखील आईवर्गाला सतावणारी भीषण चिंता अगदी सर्वसामान्य आहे. पण या चिंतेवर तोडगाही सर्वसामान्य आहे. आपल्या घरात असणाऱ्या पोहे, रवा, किंवा कसलीशी पिठे यातून तुम्ही मुलांना हवे तसे आणि आवडतील असे अनेकविध पदार्थ करू शकता.

या पुस्तकाच्या रूपाने मी आईवर्गाच्या बुद्धीला चालना देण्याचे काम केले आहे. मुळातच सुगरण असणारा मातृवर्ग यात नक्कीच काही ना काही भर घालेल, वेगळेपणा आणेल आणि 'भूक लागली' म्हणून ओरडत येणाऱ्या मुलांसमोर काहीतरी मस्त, टेस्टी, गरमागरम खाऊ ठेवेल, असा मला विश्वास आहे !

-विष्णू मनोहर

छोटी सुट्टी

चिवडा

साहित्य

पातळ पोहे	अर्धा किलो	हळद	अर्धा चमचा
कुरमुरे	२ वाट्या	खसखस	१ चमचा
शेंगदाणे	१५० ग्रॅम	तिखट	चवीनुसार
डाळं	१०० ग्रॅम	हिरवी मिरची	३-४
खोबरे काप	अर्धी वाटी	कढीपत्ता	७-८ पाने
धणे-जिरे	१-१ चमचा	आमचूर पूड	१ चमचा
धणे-जिरे पूड	१-१ चमचा	चिरलेला लसूण	२ चमचे
हिंग	१ चमचा	वाळलेला कांदा	अर्धी वाटी

कृती

चिवडा जास्त कुरकुरीत राहण्यासाठी मोठ्या जाड बुडाच्या पातेल्यात पोहे कमी आचेवर कोरडेच भाजून घ्यावेत. भाजताना तळापासून सारखे हलवत राहावे. पोह्यांचा रंग बदलू देऊ नये. साधारण ७ ते ८ मिनिटे भाजावे. तसेच कुरमुरे २-३ मिनिटे भाजावेत. भाजताना सारखे ढवळत राहावे, नाहीतर कुरमुरे जळतात. पातेल्यात तेल गरम करावे. सर्वात आधी शेंगदाणे, थोडे तळून घ्यावेत. शेंगदाणे ब्राऊन रंगाचे झाले की एका भांड्यात काढून ठेवावेत. त्याच तेलात मोहरी, जिरे, हिंग, हळद, मिरची आणि कढीपत्ता घालून फोडणी करावी. तळलेले शेंगदाणे, घालून लगेच पोहे आणि कुरमुरे घालावेत आणि सर्व पोह्यांना तेल लागेल असे मिक्स करावेत. हे करताना गॅस बारीक ठेवावा, नाहीतर तळाला पोहे जळू शकतात. गॅस बंद करून चवीनुसार मीठ आणि चमचाभर साखर घालावी, आणि व्यवस्थित हलवून घ्यावे.

मसाला चकली

साहित्य

तांदूळ	४ वाट्या	हळद	पाव चमचा
चणा डाळ	२ वाट्या	तिखट	चवीनुसार
उडदाची डाळ	१ वाटी	आमचूर पूड	१ चमचा
मुगाची डाळ	अर्धी वाटी	मीठ	चवीनुसार
जिरे	१ चमचा	आलं-लसूण- कोथिंबीर	
धणे	२ चमचे	हिरवी मिरची पेस्ट	२ चमचे
हिंग	पाव चमचा		

कृती

तांदूळ, चणा डाळ, उडदाची डाळ, मुगाची डाळ, जिरे व धणे खमंग भाजून दळून आणावे. चकली करताना यामध्ये चवीनुसार हळद, तिखट, आमचूर पूड, आलं-लसूण-हिरवी मिरची-कोथिंबीर पेस्ट घालून भिजूवन घ्यावे. चवीनुसार मीठ घालून चकल्या पाडून तळून घ्याव्या.

फाफडा

साहित्य

चणा डाळीचे पीठ	४ वाट्या	सोडा	२ चमचे
तिखट	दीड चमचा	हिंग	अर्धा चमचा
मीठ	चवीनुसार	तेल	१ चमचा
पादेलोण	अर्धा चमचा		

कृती

एक वाटी पाणी उकळून त्यात मीठ व सोडा घालून नंतर मिश्रण थंड करून घ्यावे. पीठ चाळून घेऊन त्यात हिंग, तयार पाणी थोडे थोडे घालून पीठ अगदी घट्ट भिजवावे. हे पीठ पाट्यावर चांगले कुटून मऊ करून घ्यावे. नंतर या पिठाचे लहान लहान गोळे करावेत व पातळ पुऱ्या लाटाव्या. तेल तापवायला ठेवून त्यात तळून घ्यावे. लालसर होऊ देऊ नयेत. तळलेले फाफडे कागदावर पसरून ठेवावेत. त्यांवर पादेलोण व तिखट घालून खायला द्यावे.

कचोरी

साहित्य

मैदा	पाव किलो	धणे पूड	अर्धा चमचा
सोडा	१ चमचा	जिरे पूड	अर्धा चमचा
तेल	पाव वाटी	साखर	अर्धा चमचा
उडीद डाळ	१०० ग्रॅम	मीठ	चवीनुसार
आले	१ चमचा	लिंबाचा रस	१ चमचा
हिरवी मिरची	५-६	कोथिंबीर	२ चमचा
हिंग	पाव चमचा	तेल	तळणासाठी

कृती

मैदा, मीठ आणि सोडा एकत्र मिसळावे. तेल घालून एकत्र करावे. नरम मळावे आणि ओल्या कापडाने झाकून एका बाजूस ठेवावे. आले, हिरवी मिरची आणि कोथिंबीर चिरून घ्यावी. उडदाच्या डाळीस एक तास भिजवावे व नंतर वाटावे. कढईत तेल गरम करून त्यात वाटलेली डाळ, हिरवी मिरची, आले, हिंग आणि सर्व वाटलेले मसाले टाकावेत. साखर मीठ आणि लिंबू मिसळावे. गॅसवरून खाली उतरवून घेऊन कोथिंबीर पेरावी आणि मिश्रण थंड होऊ द्यावे. नंतर मळलेल्या मैद्याचे १०-१२ गोळे करावेत. प्रत्येक गोळा हातावर घेऊन तो असा पसरावा की तो मध्ये जाड व किनारीस पातळ असेल. त्याच्यामध्ये तयार मिश्रण भरावे. किनारी मोडून गोल आकार देऊन हलकेच दबून चपटे करावे. कढईत तेल गरम करावे आणि कुरकुरीत होईपर्यंत कचोरी लालसर तळावी. दही किंवा चिंचेच्या चटणीबरोबर द्यावी.

कॉर्न पकोडे

साहित्य

वाफवलेले मक्याचे दाणे	दीड वाटी	हिरव्या मिरच्यांची पेस्ट	२ चमचे
ज्वारीचे पीठ	अर्धी वाटी	कोथिंबीर	पाव वाटी
बेसन	३ चमचे	मीठ	चवीनुसार
जिरे	१ चमचा	तेल	तळण्यासाठी

कृती

मक्याचे दाणे भरड वाटून घ्यावेत. पेस्ट करू नये, फक्त अर्धवट मोडले जातील असे वाटावे. भरडलेल्या दाण्यात ज्वारीचे पीठ, मिरच्यांची पेस्ट, जिरे, बेसन, कोथिंबीर आणि मीठ घालावे. लागल्यास थोडे पाणी घालून दाटसर पीठ भिजवावे. पीठ पातळ भिजवू नये, तेल गरम करून गॅस मध्यम ठेवावा. लहान लहान गोळे तेलात डीप फ्राय करावेत.

मुगाचे पकौडे

साहित्य

मुगाची बिनसालाची		हळद	पाव चमचा
डाळ	१ वाटी	जिरे	१ चमचा
आलं	२ इंच	खायचा सोडा	पाव चमचा
हिरव्या मिरच्या	३ नग	मीठ	चवीनुसार
कोथिंबीर	अर्धी वाटी	तेल	तळायला

कृती

मुगाची डाळ भरपूर पाण्यात ५ ते ६ तास भिजत घालावी. नंतर पाणी निथळवून, मिक्सरमधून पाणी न घालता वाटून घ्यावी. आलं, मिरच्या मिक्सरमधून वाटून घ्यावे. कोथिंबीर बारीक चिरून घ्यावी. मुगाची वाटलेली डाळ, आलं-मिरच्यांचा ठेचा, कोथिंबीर, हळद, जिरं आणि मीठ सर्व मिसळून घ्यावे. तेल मध्यम आचेवर तापायला ठेवा. तेल तापले की मुगाच्या डाळीत खायचा सोडा घालून हाताने भरपूर फेटून घेऊन लगेच तापलेल्या तेलात छोटे गोल वडे हातानेच सोडावे. वडे सोनेरी रंगावर तळून घ्यावेत.

रव्याचा चिवडा

साहित्य

रवा	१ वाटी	आमचूर पूड	चवीनुसार
कणीक	१ वाटी	धणे पूड	अर्धा चमचा
मीठ	१ चिमूटभर	जिरे पूड	अर्धा चमचा
तेल	तळण्यासाठी	हिंग	२ चिमूट
तिखट, हळद,	चवीनुसार	बडीशेप पूड	अर्धा चमचा

कृती

हे सर्व मिश्रण मिक्सरमध्ये बारीक करून घ्यावे. रव्याची पूड करून घ्यावी. नंतर तयार झालेला गोळा किसणीने किसून डीप फ्राय करावा. कुरकुरीत झाल्यानंतर वरील तयार केलेला मसाला व बडीशेपची पूड घालून हलक्या हाताने एकत्र करावे.

तांदळाचे कबाब

साहित्य

तांदळाची पिठी	१ वाटी	धणे-जिरे पूड	१ चमचा
दही	अर्धी वाटी	चाट मसाला	१ चमचा
आलं-लसूण पेस्ट	२ चमचे	हळद	पाव चमचा
पापडखार	१ चमचा	मीठ	चवीनुसार
कसुरी मेथी	१ चमचा	सरसोचे तेल	२ चमचे

कृती

एका पातेल्यात २ वाट्या पाणी गरम करावे. त्यात थोडं मीठ व १ वाटी दह्यापैकी २ चमचे दही घेऊन घोटून टाकावे. नंतर तांदळाची पिठी हळूहळू टाकावी. गॅस बंद करावा. व्यवस्थित घोटून उकड काढून घ्यावी. पिठी टाकताना अर्धा चमचा पापडखार, मीठही घालावे. दुसऱ्या पातेल्यात उर्वरित दही घोटून त्यात २ चमचे आलं लसूण, १ चमचा धणे जिरे पूड, हळद, कसुरी मेथी, चवीनुसार मीठ घालावे. मीठ घालताना तांदळाच्या उकडीमध्ये मीठ आहे हे लक्षात ठेवावे. नंतर हा मसाला तांदळाच्या उकडीचे हलक्या हाताने गोळे करून त्याला लावावा. १० ते १५ मिनिटे मुरल्यावर पनीर टिक्क्यांप्रमाणे सळईला लावून मंद आचेवर भाजावे. वरून तेलाचे ब्रशिंग करावे. वरून चाट मसाला घालावा. पुदिन्याची चटणीबरोबर द्यावे.

टोफू कबाब

साहित्य

किसलेले टोफू	२ वाट्या	कोथिंबीर	४ चमचे
शिजवलेले बटाटे	१ वाटी	तेल	तळायला
आलं लसूण पेस्ट	२ चमचे	जाडसर कुटलेली	
धणे-जिरे पूड	२ चमचे	मिरची	२ चमचे
हळद	पाव चमचा	आमचूर पूड	अर्धा चमचा
तिखट, मीठ	चवीनुसार	साखर	चवीनुसार
चाट मसाला	२ चमचे		

कृती

किसलेले टोफू आणि बटाटे एकत्र करावे. २ चमचे तेलात जिरे घालून त्यात हिरवी मिरची, आलं लसूण थोडे भाजावेत. उरलेले सगळे मसाले व कोथिंबीर घालून खमंग भाजावेत. नंतर हा मसाला टोफू व बटाट्यामधे मिसळावा. कॉर्नस्टार्चच्या हाताने गोलसर चपटे कबाब तयार करून तळावेत. चाट मसाला, पुदिना चटणीबरोबर द्यावेत.

मुगातले पनीर

साहित्य

मोड आलेली		किशमिश / मनुका	२ चमचे
मुगाची डाळ	१ वाटी	आलं लसूण पेस्ट	२ चमचे
पनीर	१ वाटी	तीळ	१ चमचा
मीठ, साखर	चवीनुसार	हळद	पाव चमचा
लिंबाचा रस	१ नग	तिखट	चवीनुसार
आमचूर पूड	१ चमचा	वाटलेली हिरवी मिरची	१ चमचा
भरडलेले धणे	१ चमचा	बारीक चिरलेली	
सोडा	अर्धा चमचा	कोथिंबीर	४ चमचे
काजूचे बारीक तुकडे	४ चमचे		

कृती

मोड आलेल्या मुगाची डाळ वाटून त्यात आमचूर पूड, तीळ, भरडलेले धणे, कोथिंबीर, चवीनुसार मीठ, तिखट, हळद, थोडा खाण्याचा सोडा घालून फेटून घ्यावे. पनीरमध्ये आलं, लसूण कोथिंबीर, मीठ, लिंबू, साखर व काजू किशमिश घालून त्याचे गोळे करावेत. हे गोळे मुगाच्या पिठात बुडवून तळावेत. मंद आचेवर शिजू द्यावे.

चंद्रपुरी वडा

साहित्य

भिजलेली चणा डाळ	२ वाट्या	भरडलेले धणे	२ चमचे
बारीक चिरलेला कांदा	२ वाट्या	हळद	अर्धा चमचा
बारीक चिरलेली मिरची	२ ते ३	तिखट, मीठ	चवीनुसार
बारीक चिरलेली कोथिंबीर	अर्धी वाटी	आलं लसूण पेस्ट	२ चमचे
		तेल	तळायला

कृती

डाळ भिजवून वाटून घ्यावी. त्यात सगळे जिन्नस घालून पाण्याच्या हाताने त्याचे गोल वडे करून तेलात हाफ फ्राय करून घ्यावे. या गोल वड्यांना पुन्हा पाण्याच्या हाताने चपटे करून मंद आचेवर तळावे व तळलेल्या मिरची बरोबर द्यावे.

टीप :- गोल वडा चपटा केल्यानंतर दुसऱ्यांदा तळल्यामुळे जास्त खुसखशीत होतो. यातच हिरवी मेथी घालून ही करू शकतो.

मद्रासी पकोडा

साहित्य

रवा	१ वाटी	कांदा	१ वाटी
चण्याच्या डाळीचं पीठ	१ वाटी	बारीक चिरलेली	
डालडा किंवा		हिरवी मिरची	चवीनुसार
वनस्पती तूप	अर्धी वाटी	भाजून भिजवलेली	
ओल्या खोबऱ्याचे		उडदाची डाळ	२ चमचे
तुकडे	४	जिरे	१ चमचा
कोथिंबीर	अर्धी वाटी	तेल	तळायला
बारीक चिरलेले आले	१ चमचा	सोडा	छोटा अर्धा चमचा

कृती

वरील सर्व जिन्नस एकत्र करून त्यात सोडा घालून थोड्या गरम पाण्यात भिजवावे. पाण्याच्या हाताने गोल गोळे करून डीप फ्राय करावे. पचडीबरोबर द्यावे.

टीप :- वडे तळताना तेल व्यवस्थित गरम करावे. तेल जर प्रमाणात तापले नसेल तर सोडा व डालडा घातल्यामुळे फुटण्याची भीती असते.

पांढरा ढोकळा

साहित्य

उडदाची डाळ	१ वाटी	लसूण	१ चमचा
तांदूळ	१ वाटी	हिंग	छोटा पाव चमचा
लिंबाचा रस	२ चमचे	बारीक, लांब	
मीठ, साखर	चवीनुसार	कापलेला कढीपत्ता	२ चमचे

कृती

तांदूळ आणि उडदाची डाळ ४ तास भिजत घालून जाडसर दळावे, हे पीठ एक रात्र आंबवून चवीप्रमाणे मीठ घालवे, कुकरच्या भांड्याच्या बुडाला तेल लावून ढोकळ्याप्रमाणे शिजवावे. थंड झाल्यावर वड्या कापाव्यात. १ चमचा तेलात गरम झाल्यावर मोहरी, हिंग, लसूण, मीठ, साखर व अर्धी वाटी पाणी घालावे. हे मिश्रण वड्यावर टाकून, चिरलेला कढीपत्ता घालून एखाद्या चटणीबरोबर द्यावे.

पो टोमॅटो वडा

साहित्य

उकडलेले बटाटे	५	बेसन	१ वाटी
मीठ, साखर	चवीनुसार	सोडा	अर्धा चमचा
टोमॅटो	५	मोहरी	अर्धा चमचा
हिरवी मिरची	३-४	हिंग	चिमूटभर
लिंबाचा रस	अर्धा चमचा	बारीक वाटलेला लसूण	१ चमचा
कोथिंबीर	१ चमचा	आले	१ चमचा
तेल	तळायला	कॉर्नस्टार्च (मैदा)	२ चमचे

कृती

बटाटा उकडून त्याची भाजी बनवून घ्यावी. नंतर टोमॅटोचा मधला भाग काढून त्यात ही भाजी भरावी. त्यानंतर बेसन, कॉर्नस्टार्च, मैदा एकत्र करून घट्टसर भिजवावे, व तयार केलेले टोमॅटो तळावे.

ढोकळी डोसा रोल

साहित्य

ढोकळयाचे पीठ	२ वाट्या	मीठ	चवीनुसार
ओले खोबरे	१ वाटी	साखर	चवीनुसार
कोथिंबीर	१ वाटी	तिखट	चवीनुसार
लिंबू	१ नग		

कृती

ढोकळ्याच्या पिठाचा पातळ डोसा करून त्यावर खोबरे, कोथिंबीर, लिंबू पिळावे. थोडी साखरही भुरभुरावी. वाटल्यास थोडे तेल घालावे. नंतर याला तव्यावरच रोल करून बाहेर काढावा. लांब-लांब तुकडे कापून द्यावा.

पोळीचे बेसन रोल

साहित्य

पोळ्या (तयार)	५ नग	बेसन	अर्धी वाटी
हिंग	२ चिमूट	बारीक चिरलेला लसूण	२ चमचे
हळद	पाव चमचा	दही	३ चमचे
मोहरी	१ चमचा	आलं, लसूण, मिरची,	
ओलं खोबरं	४ चमचे	कोथिंबीर, जिरं घालून	
लिंबाचा रस	२ चमचे	केलेली चटणी	३ चमचे
तेल	तळायला		

कृती

डाळीच्या पिठात हिरवी चटणी, चवीनुसार मीठ, हळद, दही घालून घट्टसर भिजवावे. एक पोळी घेऊन त्यावर याचा लेप लावावा. रोल करून वाफवून घ्यावा. (८ ते १० मी. कुकरमध्ये) बाहेर काढून फ्राय पॅन वर थोडे परतून (तेलाबरोबर) किंवा तळून अथवा सरळ गोल-गोल चकत्या कापून वरून मोहरी, हिंग, लिंबाचा रस, साखर याची फोडणी घालून कोथिंबीर, खोबरे घालून द्यावे.

क्रिस्पी पालक रोल

साहित्य

पालक पेस्ट	५ वाट्या	बटर	२ चमचे
मैदा	२ वाट्या	तीळ	१ चमचा
व्हेजिटेबल ऑईल	१ चमचा	मेयॉनीज	अर्धी वाटी
मीठ	५ ग्रॅम	मोझोरोला चीज	पाव वाटी
यीस्ट	१० ग्रॅम	प्रोसेस्ड चीज	पाव वाटी
मध	४ चमचे		

कृती

पालकाच्या पेस्टमध्ये यीस्ट, कणीक, मीठ, मध घालून चांगले मळून घ्यावे. सर्वात शेवटी बटर घालून हा गोळा तास-दीड तास ठेवून आंबू द्यावे. नंतर यावर तीळ घालून १८० डिग्रीवर २५ मिनिटे बेक करावा. ब्रेड तयार झाल्यावर त्याचे लांब-लांब स्लाईस कापून, त्यावर बारीक चिरलेला पालक मेयॉनीजमध्ये एकत्र करून पसरवावा. नंतर त्याचा रोल करून १० मिनिटे फ्रीजमध्ये ठेवून त्याचे स्लाईसेस कापून त्यावर मोझेरोला व प्रोसेस चीज एकत्र करून घालावे. वरून ब्राऊनिंग गनच्या साहाय्याने ब्राउन करून खायला द्यावे.

पीनट पोटॅटो रोल

साहित्य

कच्चा बटाटा	२ नग	मीठ, साखर	चवीनुसार
बारीक चिरलेली हिरवी		दाण्याचा कूट जाडसर	४ चमचे
मिरची, कोथिंबर	४ चमचे	लिंबाचा रस	-

कृती

बटाटा किसून त्यात थोडे मीठ मिसळवावे. नंतर बटाट्याचा कीस नॉनस्टीक पॅनवर गोलाकार डोश्यासारखा पसरवावा व त्यावर झाकण ठेवून मंद आचेवर वाफवून घ्यावा. कडेने थोडे तेल सोडून दुसऱ्या बाजूनेही परतवावे. पुन्हा पहिली बाजू वर आणून त्यावर दाण्याचे कूट, हिरवी मिरची, कोथिंबीर व लिंबाचा रस व ओल्या नारळाचा कीस पसरवून रोल करून द्यावा.

क्रिस्पी व्हेज

साहित्य

पातळ मोठे फ्लॉवरचे तुकडे	१ वाटी	उकडलेला बटाटा	१ वाटी
कोबीची सुटी केलेली पाने	१ वाटी	कॉर्नफ्लोअर	१ वाटी
गाजराचे पातळ काप	१ वाटी	मैदा	१ चमचा
फरसबी लांब कापलेली	१० ते १२	व्हिनेगर	२ चमचे
बारीक चिरलेली कोथिंबीर	२ चमचे	मीठ, साखर	२ चमचे
		लाल रंग	चिमूटभर
		तेल	तळायला

कृती

एका भांड्यात सर्व भाज्या उकडून त्यात उकडलेला बटाटा घालावा. नंतर त्यात मीठ, साखर, आलं लसूण पेस्ट टाकून मिश्रण चांगले एकजीव करावे. हलक्या हाताने गोळे करून ते गोळे मिश्रणात बुडवून (कॉर्नस्टार्च व मैदा चवीनुसार मीठ, रंग व पाणी घालून एकत्र भजीच्या पिठाइतपत भिजवावे) मंद आचेवर तळून गार्लिक सॉसबरोबर द्यावे.

ब्रेडचे उत्तपम

साहित्य

मिक्सरवर काढलेला ब्रेडचा रवा	२ वाट्या	लांब चिरलेला कांदा व कोथिंबीर	अर्धी वाटी
कणीक	१ चमचा	तेल	४ चमचे
दही	अर्धी वाटी	मीठ	चवीनुसार

कृती

ब्रेडच्या रव्यामध्ये कणीक, मीठ, दही मिसळून घट्टसर भिजवावे. तव्यावर उत्तपमसारखे पसरून त्यावर कांदा, कोथिंबीर पसरून दोन्ही बाजूंनी खरपूस भाजावे. ब्रेड आंबवलेला असल्यामुळे तो छान खरपूस होतो. थोडे तेल किंवा बटर घालून खोबऱ्याच्या चटणीबरोबर द्यावे.

टीप :- कांद्याबरोबर चीज घातले तर अजून मजा येईल.

कॉर्न कबाब

साहित्य

मक्याचे दाणे जाडसर दळलेले	४ वाट्या	आलं, लसूण, हिरवी मिरची, कोथिंबीर यांची पेस्ट	४ चमचे
बटाटा उकडलेला	२ वाट्या	कस्तुरी मेथी	१ चमचा
मक्याचे पीठ	१ वाटी	तेल	तळायला
धणे-जिरे पूड	१ चमचा		

कृती

फ्राय पॅनमध्ये २ चमचे तेल घेऊन त्यात जिरे घालावे. त्यात हिरवी मिरची, आलं, लसूण थोडे भाजल्यावर उरलेले सगळे मसाले, कोथिंबीर घालून खमंग भाजावे. नंतर हा मसाला मक्याच्या पिठात व बटाट्यामध्ये मिसळावा. गोलसर चपटे कबाब तयार करून तळावेत. चाट मसाला, पुदीना चटणीबरोबर द्यावे.

टीप :- मक्याच्या पिठात तेलाचा अंश असल्यामुळे कबाब खुसखुशीत होतात. त्यामुळे त्यात मोहन किंवा सोडा घालू नये.

मुगाचा ढोकळा

साहित्य

मुगाची धुतलेली डाळ	२ वाट्या	तेल	३ चमचे
बारीक किसलेलं आलं	२ चमचे	हिंग	पाव चमचा
मीठ	चवीनुसार	तीळ	अर्धा चमचा,
सोडा	१ चमचा	भरडलेले धणे	अर्धा चमचा
सायट्रिक ॲसिड	१ चमचा	लिंबू	१
फोडणीसाठी :-		मीठ, साखर	चवीनुसार
मोहरी	अर्धा चमचा		

कृती

डाळ २-३ तास पाण्यात भिजवून, वाटून घ्यावी. डाळीच्या पिठात मीठ, सायट्रिक ॲसिड मिसळून एकजीव करून घ्यावे. आलं, लसूणसुद्धा घालावे. एका भांड्याला तेल लावून ठेवावे. कुकर गरम केल्यानंतर सोड्यात थोडं पाणी मिसळून हे मिश्रण लगेचच डाळीच्या मिश्रणात घालून फेटून तेल लावलेल्या भांड्यात घालून आठ ते दहा मिनिटे शिट्टी न लावता कुकरमध्ये वाफवून घ्यावे. फ्राय पॅनमध्ये तेल घेऊन मोहरी, हिंग, लिंबू रस व साखर ५ ते ७ चमचे पाणी घालून हे मिश्रण ढोकळ्यावर टाकावे. वरून कोथिंबीर, ओले खोबरे घालून द्यावे.

पौष्टिक इडली

साहित्य

उडदाची डाळ	१ वाटी
गव्हाची जाड सोजी	२ वाट्या
मेथी दाणे	अर्धा चमचा

कृती

उडदाची डाळ व मेथी २ तास भिजवून वाटून घ्यावी. त्यानंतर त्यात सोजी मिसळून थोडे चवीनुसार मीठ घालावे. थोडे पाणी घालून फेटून ठेवावे. सात-आठ तास आंबवल्यानंतर त्याच्या इडल्या कराव्यात.

खारी बोंडे

साहित्य

लाल भोपळ्याचा	
कीस	२ वाट्या
भिजवून वाटलेले	
मेथी दाणे	अर्धा चमचा
कोथिंबीर	४ चमचे
तिखट	चवीनुसार
हळद	पाव चमचा
मीठ	चवीनुसार
हिंग	पाव चमचा
तेल	तळायला

कृती

वरील मिश्रणात मावेल तेवढी कणीक घालून भिजवावी. वेगळे पाणी घालू नये. कढईत तेल गरम करून या कणकेची बोंडे मंद आचेवर तळावीत. पंचामृताबरोबर किंवा चटणीबरोबर खायला द्यावीत.

इडली दाबेली

साहित्य

तयार इडली	२ ते ३	साखर, तिखट	चवीनुसार
उकडलेला बटाटा	१	हळद	पाव चमचा
तळलेले दाणे	२ चमचे	आलं लसूण पेस्ट	१ चमचा
दाबेली मसाला	अर्धा चमचा	तेल	१ चमचा
मीठ	चवीनुसार	लोणी किंवा बटर	४ चमचे
		शेव	अर्धी वाटी

कृती

आलं लसूण पेस्ट उकडलेल्या बटाटयाला लावून १ चमचा तेलात उर्वरित मसाले घालून एकजीव करून बाजूला ठेवावे. लाल मिरच्या व लसूण पाकळ्या वाटून घ्याव्यात. ही चटणी इडलीच्या मधोमध लावावी. (दोन भाग करून मधून कापून) मध्ये केलेला बटाटयाचा मसाला भरून त्यावर अर्ध्या इडलीचा भाग ठेवावा. तव्यावर बटर घालून खरपूस भाजावी. त्यावर डाळिंबाचे दाणे, तळलेले शेंगदाणे व शेव टाकून खायला द्यावी.

पुडाची वडी

साहित्य

उडदाची डाळ	अर्धी वाटी	आमचूर पूड	अर्धा चमचा
चणा डाळ	अर्धी वाटी	हिंग	पाव चमचा
सुके खोबरे	अर्धी वाटी	मैदा	१ वाटी
कढीपत्ता	अर्धी वाटी	तांदळाची पिठी	अर्धी वाटी
मीठ, तिखट, साखर	चवीनुसार	तेल	४ चमचे

कृती

एका पॅनमध्ये तेलावर अर्धी वाटी उडदाची डाळ व अर्धी वाटी चणा डाळ परतून घ्यावी. त्याचबरोबर अर्धी वाटी सुके खोबरे, अर्धी वाटी कढीपत्तासुद्धा परतून घ्यावा. सर्व जिन्नस एकत्र करून मिक्सरमध्ये बारीक करावे. त्यामध्ये चवीनुसार साखर, मीठ, तिखट, आमचूर, हिंग इत्यादी घालावे. एक वाटी मैदा, अर्धी वाटी तांदळाची पिठी, चवीनुसार मीठ, थोडे तेल घालून त्याचा गोळा करावा. त्याची पोळी लाटून त्यावर तयार पूड पसरवावी. दुसरी पोळी लाटून त्यावर ठेवून पुन्हा त्यावर पूड पसरवावी. असे एकावर एक पाच थर झाल्यावर हलक्या हाताने वरून त्याला दाब द्यावा. नंतर चौकोनी तुकडे कापून मंद आचेवर तळून घ्यावेत.

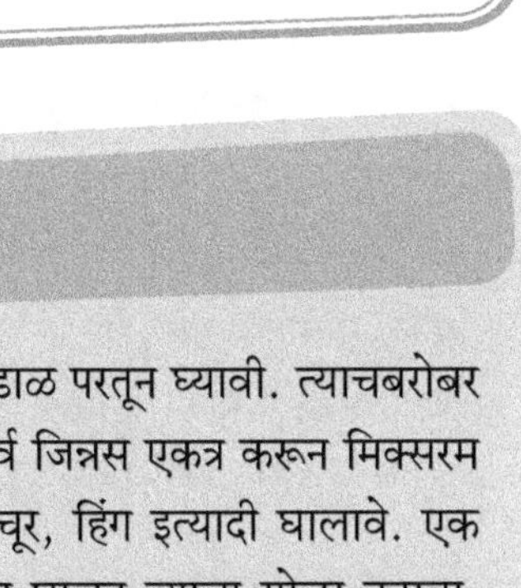

इझी पोटॅटो

साहित्य

बटाटे	४ ते ५	टोमॅटो सॉस	१ चमचा
बारीक चिरलेला लसूण	२ चमचे	तिखट	चवीनुसार
तेल	१ चमचा	कोथिंबीर	४ चमचे
सोया सॉस	१ चमचा	तीळ	२ चमचे

कृती

फ्राय पॅनमध्ये तेल घेऊन लसूण छान परतून घ्यावा. लसणाबरोबरच बारीक लांबट कापलेले बटाटेसुद्धा घालावे. मोठया गॅसवर खरपूस होईपर्यंत परतावे. नंतर १ चमचा सोया सॉस, टोमॅटो सॉस व वरून कोथिंबीर घालून द्यावे.

उपवासाचे कटलेट

साहित्य

रताळे	पाव किलो	कोथिंबीर	४ चमचे
दाण्याचे कूट	अर्धी वाटी	हिरवी मिरची	३-४
नायलॉन साबुदाणा (मायक्रोवेव्हमध्ये भाजलेले)	अर्धी वाटी	मीठ, लिंबू, साखर	चवीनुसार
		जिरे पूड	अर्धा चमचा

कृती

रताळे उकडून स्मॅश करावे त्यात मीठ, लिंबू, साखर, कोथिंबीर, हिरवी मिरची, घालून छान मिसळावे व त्याचे गोल कटलेट तयार करावे. नंतर नायलॉन साबुदाणा घेऊन तो मायक्रोवेव्हमध्ये फोडावा व तयार केलेले कटलेट त्यामध्ये घोळवून पुन्हा अर्धा मिनिटे मायक्रोवेव्हमध्ये ठेवावे. चटणीबरोबर द्यावे.

उत्तपम पिझ्झा

साहित्य

डोश्याचे पीठ	२ वाट्या	कांदे	१ वाटी
लांब कापलेली		मशरूम	१ वाटी
सिमला मिरची	१ वाटी	मोझ्झोरेला चीज	अर्धी वाटी
टोमॅटो	१ वाटी	पिझ्झा सॉस	अर्धी वाटी

कृती

सर्वप्रथम तव्यावर जाडसर उत्तपम (साधे) काढून ठेवावे. त्यावर पिझ्झा सॉस लावून त्यावर भाज्या, वरून चीज घालून ८ ते १० मिनिटे लालसर होईस्तोवर बेक करावे.

टीप :- ओव्हन नसेल तर घरच्या तव्यावर अगदी मंद आचेवर बेस कडक होईस्तोवर ठेवावे.

कोळाचे पोहे

साहित्य

नारळाचे दूध	२ वाट्या	गूळ किसलेला	१ चमचा
आलं, लसूण, कोथिंबिरीची चटणी	२ चमचे	बारीक चिरलेली कोथिंबीर	१ चमचा
चिंचेचा कोळ	४ चमचे	पोहे भाजलेले जाड	१ वाटी
मीठ	चवीनुसार		

कृती

जाड पोहे भाजून बाजूला ठेवावे. नारळाच्या दुधामध्ये हिरवी चटणी, मीठ, चिंचेचा कोळ, गूळ घालून एकत्र मिसळून घ्यावे. त्यानंतर भाजलेले पोहे त्यात घालून ५ ते ७ मिनिटे भिजू द्यावे. भिजलेले पोहे बाजूला काढून त्यात कोथिंबीर घालून घ्यावे.

मोठी सुट्टी

दो-बटाटा वडा

साहित्य

डोश्याचे पीठ	**४ वाट्या**	**तळायला तेल**	**४ चमचे**
डोश्याची भाजी	**२ वाट्या**		

कृती

बटाटा भाजीचे गोळे करून ते डोश्याच्या पिठात बुडवून तळावे. त्या अगोदर पीठ चांगले फेटून घ्यावे. वड्याचा आकार थोडा मोठा करावा. मध्ये कापून डब्यात द्यावे. बरोबर सांबार व चटणीसुद्धा द्यावी.

टीप :- डोसा पीठ तयार करायला ३ वाटी तांदूळ, १ वाटी उडदाची डाळ, अर्धा चमचा मेथीदाणे चार तास भिजवून, वाटून पीठ आंबवावे.

बीट थैपला

साहित्य

बिटाची पेस्ट	१ वाटी
आलं-लसूण वाटण	२ चमचे
मीठ	चवीनुसार
हिंग	पाव चमचा
आमचूर पूड	१ चमचा
साखर	अर्धा चमचा
कणीक	१ वाटी
जिरे पूड	अर्धा चमचा
तेल	२ चमचे

कृती

बिटाचे तुकडे करून मिक्सरमध्ये त्याची पेस्ट करावी. या पेस्टमध्ये आलं-लसूण पेस्ट, जिरे पूड, आमचूर पूड, साखर, मीठ, हिंग घालून, २ चमचे तेल व मावेल तेवढी कणीक घालून गोळा भिजवावा. ५ मिनिटे ठेवून याची जाड पोळी लाटून तव्यावर भाजावी. दह्यातल्या चटणीबरोबर थेपला द्यावा.

पालकाचा थैपला

साहित्य

पालकाचे वाटण	१ वाटी
आलं-लसूण वाटण	२ चमचे
मीठ	चवीनुसार
हिंग	पाव चमचा
दही	पाव वाटी
कणीक	१ वाटी
जिरे पूड	अर्धा चमचा
तेल	२ चमचे

कृती

पालकाच्या पेस्टमध्ये आलं-लसूण पेस्ट, जिरे पूड, दही, मीठ, हिंग घालून यात २ चमचे तेल व मावेल तेवढी कणीक घालून गोळा भिजवून घ्यावा. पाच मिनिटे ठेवून याची जाड पोळी लाटून तव्यावर परतावी. दह्यातल्या चटणीबरोबर खायला द्यावा.

चाट उत्तपम

साहित्य

तांदूळ	३ वाट्या	शेंगदाणे	२ चमचे
उडदाची डाळ	१ वाटी	शेव	२ चमचे
मेथीदाणा	१ चमचा	चाट मसाला	पाव चमचा
चिरलेला कांदा	अर्धी वाटी	लिंबू	१
चिरलेला टोमॅटो	अर्धी वाटी	बटर	१ चमचा
कोथिंबीर	४ चमचे		

कृती

तांदूळ, डाळ, मेथीदाणा एकत्र भिजवून ४ तास ठेवावे. नंतर हे मिश्रण बारीक दळून ५ ते ६ तास आंबवावे. नंतर चवीनुसार मीठ घालून तव्यावर ते चमच्याने जाडसर पसरवावे. त्यावर चिरलेला कांदा, चिरलेला टोमॅटो, कोथिंबीर, शेंगदाणे, शेव, चाट मसाला, लिंबू पिळून वर झाकण ठेवून शिजवून घ्यावे.

चीज उत्तपम

साहित्य

तांदूळ	३ वाट्या	साजूक तूप	१ चमचा
उडदाची डाळ	१ वाटी	किसलेलं चीज	अर्धी वाटी
मेथीदाणा	१ चमचा	मीठ	चवीनुसार

कृती

तांदूळ, डाळ, मेथीदाणा ४ तास भिजवावे. बारीक दळून ५ ते ६ तास आंबवावे. चवीनुसार मीठ घालून मिश्रण तव्यावर चमच्याने जाडसर पसरवून त्यावर किसलेलं चीज घालावे. वर झाकण ठेवून चीज मेल्ट होईस्तोवर शिजवून घ्यावे. वरून साजूक तूप घालावे.

हरियाली उत्तपम

साहित्य

तांदूळ	३ वाट्या	साजूक तूप	१ चमचा
उडदाची डाळ	१ वाटी	चिरलेला पालक	२ वाट्या
मेथीदाणा	१ चमचा	बटर	१ चमचा

कृती

चिरलेला पालक मिक्सरमध्ये बारीक करून पेस्ट करून घ्यावी. तांदूळ, डाळ, मेथीदाणा एकत्र करून ४ तास भिजवावे. नंतर बारीक दळून ५ ते ६ तास आंबवावे. नंतर चवीनुसार मीठ व तयार पालकाची पेस्ट घालून मिश्रण एकत्र करावे. हे मिश्रण तव्यावर चमच्याने जाडसर पसरवून वर झाकण ठेवून शिजवून घ्यावे. वरून साजूक तूप घालावे.

शेजवान पराठा

साहित्य

कणीक	२ वाट्या
मीठ	चवीनुसार
शेजवान सॉस	४ चमचे
चिरलेला कोबी	अर्धी वाटी
सिमला मिरची	१
गाजर	१
पातीचा कांदा	पाव वाटी
तेल	२ चमचे

कृती

फ्रायपॅनमध्ये थोडे तेल घालून भाज्या परतून घ्याव्या. भाज्यांमध्ये शेजवान सॉस, मीठ घालून थंड कराव्या. कणीक भिजवून त्यामध्ये तयार केलेले मिश्रण भरून त्याचा पराठा लाटावा व तव्यावर भाजावा.

टोफू उत्तपम

साहित्य

तांदूळ	३ वाट्या
उडदाची डाळ	१ वाटी
मेथीदाणा	१ चमचा
साजूक तूप	१ चमचा
किसलेला टोफू	पाव वाटी
बटर	१ चमचा

कृती

तांदूळ, डाळ, मेथीदाणा एकत्र करून ४ तास भिजवावे. नंतर बारीक दळून ५-६ तास आंबू द्यावे. चवीनुसार मीठ, किसलेला टोफू घालून हे मिश्रण एकत्र करून तव्यावर चमच्याने जाडसर पसरवावे व झाकण ठेवून शिजवून घ्यावे. वरून साजूक तूप किंवा बटर घालावे.

चटणी उत्तपम

साहित्य

तांदूळ	३ वाट्या	मेथीदाणा	१ चमचा
उडदाची डाळ	१ वाटी	साजूक तूप	१ चमचा
हिरवी चटणी	४ चमचे	बटर	१ चमचा
(आलं-लसूण, हिरवी मिरची, कोथिंबीर, खोबरं पेस्ट)			

कृती

तांदूळ, डाळ, मेथीदाणा एकत्र भिजवून ४ तास ठेवावे. नंतर हे मिश्रण बारीक दळून ५ ते ६ तास आंबवावे. नंतर चवीनुसार मीठ हिरवी चटणी घालून मिश्रण एकत्र करावे. ते तव्यावर चमच्याने जाडसर पसरवून वर झाकण ठेवून शिजवून घ्यावे. वरून साजूक तूप किंवा बटर घालावे.

पालक पनीर उत्तपम

साहित्य

तांदूळ	३ वाट्या	साजूक तूप/बटर	१ चमचा
उडदाची डाळ	१ वाटी	पालकाची पेस्ट	अर्धी वाटी
मेथीदाणा	१ चमचा	पनीरचे तुकडे	अर्धी वाटी

कृती

तव्यावर आलं-लसणाची पेस्ट परतून त्यात पालकाची पेस्ट, पनीरचे तुकडे, चवीनुसार मीठ घालून परतून घ्यावे. दुसरीकडे तांदूळ, डाळ, मेथीदाणा एकत्र ४ तास भिजवावा. नंतर बारीक दळून ५ ते ६ तास पीठ आंबवावे. त्यात चवीनुसार मीठ, घालून मिश्रण एकत्र करावे. ते मिश्रण तव्यावर चमच्याने जाडसर पसरवून वर झाकण ठेवून शिजवून घ्यावे. वरून तयार पालक पनीर, साजूक तूप किंवा बटर घालावे.

ऑनियन उत्तपम

साहित्य

तांदूळ	३ वाट्या	साजूक तूप	१ चमचा
उडदाची डाळ	१ वाटी	चिरलेला कांदा	पाव वाटी
मेथीदाणा	१ चमचा	बटर	१ चमचा

कृती

तांदूळ, डाळ, मेथीदाणा एकत्र भिजवून ४ तास ठेवावे. हे मिश्रण बारीक दळून ५-६ तास आंबवावे. त्यात चवीनुसार मीठ, चिरलेला कांदा घालावा. हे जाडसर मिश्रण तव्यावर चमच्याने पसरवून वर झाकण ठेवून शिजवून घ्यावे. वरून साजूक तूप किंवा बटर घालून द्यावे.

(टीप : अशाच प्रकारे पातीचा कांदा बारीक चिरून स्प्रिंग ओनियन उत्तपम तयार करता येतो.)

मँगो उत्तपम

साहित्य

तांदूळ	३ वाट्या	मँगो पल्प	१ वाटी
उडदाची डाळ	१ वाटी	साजूक तूप	१ चमचा
मेथीदाणा	१ चमचा	मनुका	४ चमचे
साजूक तूप	१ चमचा	केशर	चिमूटभर

कृती

सर्वप्रथम तांदूळ, डाळ, मेथीदाणा एकत्र भिजवून ४ तास ठेवावे. नंतर ते बारीक दळून ५ ते ६ तास आंबवावे. नंतर चवीनुसार मीठ, मँगो पल्प घालून मिश्रण एकत्र करावे व तव्यावर चमच्याने जाडसर पसरवून वर झाकण ठेवून शिजवून घ्यावे. वरून मनुका, केघर, साजूक तूप किंवा बटर घालावे.

मशरूम उत्तपम

साहित्य

तांदूळ	३ वाट्या	मेथीदाणा	१ चमचा
उडदाची डाळ	१ वाटी	साजूक तूप	१ चमचा
मशरूमचे तुकडे	१ वाटी	बटर	१ चमचा
हिरवी चटणी (आलं-लसूण, हिरवी मिरची, कोथिंबीर, खोबरं वाटण)	४ चमचे		

कृती

सर्वप्रथम तांदूळ, डाळ, मेथीदाणा एकत्र भिजवून ४ तास ठेवावे व नंतर बारीक दळून ५ ते ६ तास आंबवावे. नंतर चवीनुसार मीठ, हिरवी चटणी घालून मिश्रण एकत्र करावे. ते तव्यावर चमच्याने जाडसर पसरवून वर मशरूमचे तुकडे घालून झाकण ठेवून शिजवावे. वरून साजूक तूप किंवा बटर घालावे.

प्लेन डोसा

साहित्य

तांदूळ	१ वाटी
उडदाची डाळ	१ वाटी
मेथीदाणे	१ चमचा

कृती

तांदूळ, डाळ, मेथीदाणे एकत्र भिजवून ४ तास ठेवावे व नंतर बारीक दळून ५ ते ६ तास आंबवावे. नंतर मिश्रण तव्यावर वाटीने पसरवून थोडे शिजू देऊन थोडे तेल सोडून कडक झाल्यावर रोल करावे.

मसाला डोसा

साहित्य

तांदूळ	१ वाटी
उडदाची डाळ	१ वाटी
मेथीदाणे	१ चमचा
डोसा मसाला	१ वाटी
हिरवी चटणी	२ चमचे

(हिरवी मिरची, कोथिंबीर, आलं-लसूण पेस्ट)

कृती

तांदूळ, डाळ, मेथीदाणे एकत्र ४ तास भिजवावेत व नंतर बारीक दळून ५ ते ६ तास आंबवावे. नंतर मिश्रण तव्यावर वाटीने पसरवून थोडे शिजू द्यावे. नंतर डोश्याचा मसाला घालून थोडे तेल सोडून कडक झाल्यावर रोल करून हिरव्या चटणी बरोबर द्यावे.

चटणी स्पेशल डोसा

साहित्य

तांदूळ	१ वाटी	कोथिंबीर पेस्ट	१ चमचा
उडदाची डाळ	१ वाटी	हिरवी चटणी	२ चमचे
मेथीदाणे	१ चमचा	(हिरवी मिरची, कोथिंबीर,	
चिरलेली हिरवी मिरची	१ चमचा	आलं-लसूण पेस्ट)	
आलं-लसूण पेस्ट	१ चमचा		

कृती

तांदूळ, डाळ, मेथीदाणे एकत्र भिजवून ४ तास ठेवावे. नंतर ते बारीक दळून ५ ते ६ तास आंबवावे. नंतर मिश्रण तव्यावर वाटीने पसरवून थोडे शिजू द्यावे. व त्यावर चिरलेली मिरची, आलं-लसूण पेस्ट, कोथिंबीर पेस्ट एकत्र करून घालावे. थोडे तेल सोडून कडक झाल्यावर रोल करावा.

चिल्ली पनीर डोसा

साहित्य

तांदूळ	१ वाटी	पनीर	अर्धी वाटी
उडदाची डाळ	१ वाटी	सोया सॉस	२ चमचे
मेथीदाणे	१ चमचा	चिरलेला लसूण	१ चमचा
सिमला मिरची	१	तेल	४ चमचे

कृती

तेल गरम करून त्यात लसूण परतावे. नंतर त्यात पनीरचे तुकडे, सिमला मिरचीचे तुकडे, सोया सॉस घालून एकत्र करावे व मिश्रण बाजूला ठेवावे. दुसरीकडे तांदूळ, डाळ, मेथीदाणा एकत्र करून ४ तास भिजवावे व नंतर बारीक दळून ५ ते ६ तास आंबवावे. नंतर हे मिश्रण तव्यावर वाटीने पसरवून थोडे शिजू द्यावे. त्यावर तयार चिली पनीर घालून थोडे शिजवून घ्यावे. थोडे तेल घालून कडक झाल्यावर डोश्याचा रोल करावा.

कॉरिएन्डर डोसा

साहित्य

तांदूळ	१ वाटी
उडदाची डाळ	१ वाटी
मेथीदाणे	१ चमचा
चिरलेली कोथिंबीर	४ चमचे

कृती

मिश्रण तव्यावर वाटीने पसरवून थोडे शिजू द्यावे. नंतर त्यावर चिरलेली कोथिंबीर घालून थोडे तेल सोडून कडक झाल्यावर रोल करून द्यावे.

अमेरिकन डोसा

साहित्य

तांदूळ	१ वाटी
उडदाची डाळ	१ वाटी
मेथीदाणे	१ चमचा
मेयॉनीज सॉस	२ चमचे
स्वीटकॉर्न	पाव वाटी

कृती

डोशाचे मिश्रण तव्यावर वाटीने पसरवून थोडे शिजू द्यावे. नंतर त्यावर मेयॉनीज सॉस व स्वीटकॉर्न पसरवून पुन्हा शिजवावे. वर थोडे तेल सोडून कडक झाल्यावर रोल करावा.

शेजवान डोसा

साहित्य

तांदूळ	१ वाटी
उडदाची डाळ	१ वाटी
मेथीदाणे	१ चमचा
शेजवान सॉस	२ चमचे
मिक्स्ड हर्ब्स	अर्धा चमचा

कृती

डोशाचे मिश्रण तव्यावर वाटीने पसरवून थोडे शिजू देऊन त्यावर शेजवान सॉस व मिक्स हर्ब्स पसरवून पुन्हा शिजवावे. वर थोडे तेल सोडून कडक झाल्यावर रोल करावा.

शिंगाडा थालीपीठ

साहित्य

शिंगाड्याचे पीठ	२ वाट्या
साबुदाण्याचे पीठ	अर्धी वाटी
हिरवी मिरची,	
कोथिंबीर	चवीनुसार
जिरे	१ चमचा
दही	अर्धी वाटी
मीठ	चवीनुसार

कृती

सगळे जिन्नस एकत्र करून त्यात दही मिसळावे. थोडे पाणी घालून गोळा मळून घ्यावा. प्लॅस्टीकच्या कागदावर ठेऊन त्याची पोळी लाटावी. नंतर तव्यावर नेहमीच्या थालीपीठासारखे तेल घालून भाजावे.

सेसमी टोस्ट

साहित्य

ब्रेड	२	तीळ	२ चमचे
आलं-लसूण वाटण	२ चमचे	मीठ	चवीनुसार
हिरवी मिरची	२-३	कॉर्नस्टार्च	अर्धी वाटी
कोथिंबीर पेस्ट	१ चमचा	तेल	पाव वाटी
बटाटे	२		

कृती

सर्वप्रथम बटाटे उकडून घ्यावे. उकडलेले बटाटे कुस्करून त्यात आलं-लसूण वाटण, हिरवी मिरची, कोथिंबीर व चवीनुसार मीठ घालावे. तयार भाजी एका ब्रेडवर लावून त्यावर दुसरा ब्रेड ठेवून हे मिश्रण कॉर्नस्टार्चच्या पाण्यात बुडवून त्यावर तीळ लावावे. नंतर गरम तेलात मंद आचेवर तळावे.

बटाटा थालीपीठ

साहित्य

बटाटे	२	मीठ, साखर	चवीनुसार
हिरवी मिरची	५-६	लिंबू	१
जिरे	१ चमचा	दही	१ वाटी
दाण्याचे कूट	अर्धी वाटी		
साबुदाणा	१ वाटी		

कृती

कच्चा बटाटा सोलून मिक्सरमध्ये बारीक करावा. त्यामध्ये हिरवी मिरची, जिरे, भाजलेल्या दाण्याचे कूट, भिजवलेला साबुदाणा, चवीनुसार मीठ, साखर घालून थोडे लिंबू पिळावे. मिश्रण एकत्र करून कोथिंबीर घातल्यावर हे मिश्रण तव्यावर जाडसर पसरवावे. थोडे तेल घालून छान खरपूस परतावे. दह्याच्या चटणीबरोबर द्यावे. चटणीकरीता एक वाटी दही घोटून ३-४ हिरव्या मिरच्या भाजून ठेचून घ्याव्या. चवीनुसार मीठ, साखर, कोथिंबीर घालून एकत्र करावे व वरून जिऱ्याची फोडणी घालावी.

पनीर खिचडी

साहित्य

बारीक कापलेले पनीर	१ वाटी	कोथिंबीर	२ चमचे
दाण्याचे कूट	अर्धी वाटी	मीठ, लिंबू, साखर	चवीनुसार
हिरवी मिरची	३-४	तेल	२ चमचे

कृती

फ्रायपॅनमध्ये तेल गरम करून प्रथम जिरे, हिरवी मिरची, त्यानंतर पनीर टाकून परतून घ्यावे. त्यानंतर त्यात दाण्याचे कूट व उरलेले साहित्य टाकून परतून थोडी वाफ आणून खायला द्यावे.

टीप :- खिचडी करायची म्हटले की साबुदाणा २-३ तास अगोदर भिजवावा लागतो व तो कधी-कधी चिकट होतो. त्यामुळे खिचडी चांगली लागत नाही. त्याचबरोबर साबुदाण्यापेक्षा पनीरमध्ये कितीतरी पौष्टिक तत्त्वे आहेत. त्यामुळे खिचडीचा नवीन प्रकार मुलांना नक्कीच आवडेल.

व्हेजिटेबल पौष्टिक पिझ्झा

साहित्य

कणीक	२ वाट्या	मिक्स हर्ब्स	१ चमचा
बारीक चिरलेल्या भाज्या		प्रोसेस्ड चीज	अर्धी वाटी
(सिमला मिरची, घेवडा,		मोझोरोला चीज	अर्धी वाटी
गाजर, स्प्राऊट्स)	२ वाट्या	टोमॅटो	१
यीस्ट	५ ग्रॅम	कांदा	१
मीठ, साखर	चवीनुसार	पिझ्झा सॉस	४ चमचे
तेल	१ चमचा		

कृती

यीस्ट गरम पाण्यात घालून आंबवावे. नंतर कणकेत यीस्ट, मीठ, साखर व थोडे तेल घालून एकत्र करून चांगले मळून त्याच्या पोळ्या लाटून १० मिनिटे झाकून ठेवाव्या. नंतर तव्यावर पोळी ठेवून झाकण ठेवून भाजून घ्यावी. त्यानंतर त्यावर पिझ्झा सॉस, चीज व बारीक चिरलेल्या भाज्या घालून पुन्हा १० मिनिटे तव्यावर भाजून घ्यावे.

टीप :- भाज्यांवर पुन्हा चीज घातले तरी चालेल.

ब्रेड पापडी पिझ्झा

साहित्य

ब्रेड	४	मिक्स हर्ब्स	२ चमचे
पापडी	४	मीठ, साखर, तिखट	चवीनुसार
पिझ्झा सॉस	४ चमचे	लसूण पेस्ट	१ चमचा
सिमला मिरची	१	बटर	१ चमचा
कांदा, टोमॅटो	१	कॉर्नस्टार्च	१ चमचा
पिझ्झा सॉस करीता साहित्य :-		सिमला मिरची	१ नग
चीज	२ चमचे	काळी मिरी पूड	१ चमचा

कृती

ब्रेड स्लाईस वाटीने गोल आकारात कापून घ्यावा. त्याच आकाराच्या पापडया बनवून घ्याव्या. पापडीवर पिझ्झा सॉस पसरवून त्यावर ब्रेड ठेवून त्यावर पुन्हा पिझ्झा सॉस घालून वर सिमला मिरची, टोमॅटो, कांदयाच्या चकत्या लावून त्यावर चीज पसरवावे व बेक करावे.

पिझ्झा सॉस कृती : कांदा, सिमला मिरची बारीक चिरून व टोमॅटो प्युरी बनवावी. फ्रायपॅनमध्ये बटर घालून त्यावर लसणाची पेस्ट, बारीक चिरलेला कांदा, सिमला मिरची परतावी. त्यानंतर टोमॅटो प्युरी, मीठ, साखर, तिखट, मिक्स हर्बस, काळी मिरी पूड घालून शिजवावे. त्याला घट्टपणा येण्यासाठी कॉर्नस्टार्चच्या पाण्याचा वापर करावा.

बटाटे पिझ्झा

साहित्य

बटाटे	अर्धा किलो	पिझ्झा सॉससाठी साहित्य :-	
अंडी	३	मशरुम	४-५ नग
कणीक	४ चमचे	मिक्स हर्ब्स	१ चमचा
प्रोसेस्ड चीज	१०० ग्रॅम	कांद्याच्या चकत्या	अर्धी वाटी
मोझोरोला चीज	१०० ग्रॅम	बटर	२ चमचे
मीठ	चवीनुसार		

कृती

बटाटे शिजवून कुस्करून घ्यावेत. त्यामध्ये अंडी फोडून घालावीत व कणीक, बटर, मीठ, मिक्स्ड हर्ब्स मिसळावे. ओव्हन प्लेटवर पिझ्झाप्रमाणे पसरवून त्यावर मशरुम, पिझ्झा सॉस व चीज घालावे. २०० डिग्रीवर १० मिनिटे बेक करावे.

पनीर खिमा पफ्

साहित्य

पफ् बेसकरीता साहित्य :-		पनीर खिम्यासाठी साहित्य :-	
मैदा	५०० ग्रॅम	हिरवी मिरची	४-५
मार्गारिन	६०० ग्रॅम	लसूण	६-७ पाकळ्या
मीठ	२० ग्रॅम	मीठ	चवीनुसार
तेल किंवा तूप	४० ग्रॅम	लिंबू	१ नग
		साखर	चवीनुसार
		हळद	पाव चमचा

कृती

मैद्यामध्ये तूप, मीठ व पाणी घालून मळून घेऊन त्याची चौकोनी पोळी लाटावी. बुक फोल्ड पद्धतीने २०० ग्रॅम मार्गारीन लावावे व फ्रीजमध्ये ठेवावी. अशी प्रक्रिया तीन वेळा करावी. त्यानंतर एक अष्टमांश जाडीच्या पातळ पोळ्या लाटून एकावर एक ठेवाव्या. लाटतांना हलकेच लाटून चौकोनी कराव्या. यामध्ये पनीरचा खिमा भरून २१० डिग्रीवर १५ मिनिटे शेकून घ्यावे.

स्पिनॅच विथ पफ् रोल

साहित्य

पालकाची		मिक्स्ड हर्ब्स	२ चमचे
मोठी पाने	५-६	बारीक चिरलेला लसूण	२ चमचे
कणीक	२ वाट्या	काळी मिरी जाडसर	
व्हेजिटेबल ऑईल	अर्धी वाटी	कुटलेली	१ चमचा
तीळ	४ चमचे	मीठ	चवीनुसार

कृती

प्रथम कणकेमध्ये व्हेजिटेबल ऑईल घालून साटे बनवून घ्यावे. कणकेत मीठ घालून मळून घ्यावी. नंतर त्याची चौकोनी पोळी लाटून त्यावर साटे पसरवून बुक फोल्ड पद्धतीने त्याची घडी करावी नंतर ती कमीत कमी अर्धा तास फ्रिजमध्ये ठेवावी ही पद्धत तीन वेळा करावी. तीन वेळा केल्यानंतर त्याची लांब पोळी लाटून त्यावर पालकाची पाने व मिक्स्ड हर्बस्, तीळ, लसणाची पेस्ट, काळी मिरी इत्यादी पसरवून गुंडाळी करावी व २०० डिग्री वर १२ ते १५ मिनिटे बेक करावी.

फ्लॉवर कोबी पराठा

साहित्य

फ्लॉवर	२०० ग्रॅम	हळद	पाव चमचा
कोबी	२०० ग्रॅम	आमचूर पूड	अर्धा चमचा
आलं-लसूण	१-१ चमचा	कसुरी मेथी	अर्धा चमचा
मीठ, तिखट	चवीनुसार	साखर	चवीनुसार

कृती

२०० ग्रॅम फ्लॉवर व २०० ग्रॅम कोबी एकत्र किसून घ्यावा. एका पॅनमध्ये आले, लसूण परतून त्यात कोबी, फ्लॉवर, चवीनुसार मीठ, हळद, तिखट घालून चांगले परतावे. नंतर त्यात आमचूर पूड, कसुरी मेथी व थोडी साखर घालून एकत्र करावे. मिश्रण थंड होऊ द्यावे. पोळ्यांसाठी भिजवतो तशी कणीक भिजवावी. त्याचा गोळा करून मध्ये खोलगट वाटी तयार करून त्यात हे मिश्रण घालून व हलक्या हाताने लाटून पराठा तव्यावर तेल टाकून चांगला भाजावी. दह्याबरोबर खायला द्यावा.

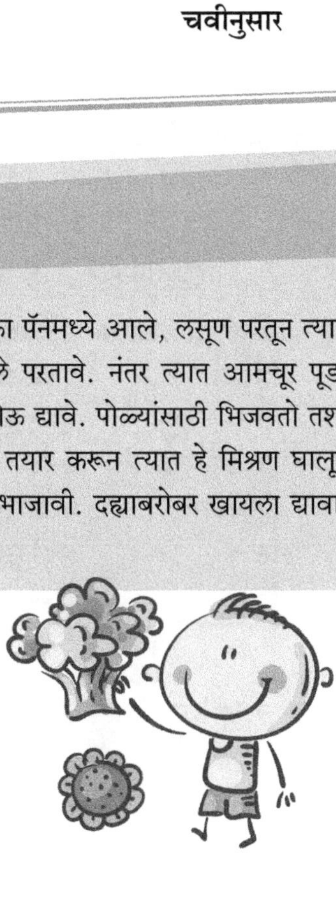

चीज पराठा

साहित्य

प्रोसेस्ड चीज	१ वाटी
चिरलेला कांदा	अर्धी वाटी
कोथिंबीर	थोडीशी
चिली फ्लेक्स	२ चमचे

कृती

१ वाटी प्रोसेस्ड चीज किसून घ्यावे. त्यामध्ये बारीक चिरलेला कांदा अर्धी वाटी, कोथिंबीर, चिली फ्लेक्स एकत्र करून घ्यावे. नंतर नेहमीच्या पराठ्याप्रमाणे कणकेत चीजचे हे मिश्रण घालून पराठे बनवावेत. खरपूस भाजून खायला द्यावे.

इन्स्टंट फ्लॉवर पराठा

साहित्य

किसलेला फ्लॉवर	२ वाट्या
कणीक	२ वाट्या
आलं-लसूण	१-१ चमचा
हिरवी मिरची	३-४
कोथिंबीर	थोडीशी
मीठ	चवीनुसार

कृती

२ वाट्या फ्लॉवर किसून घ्यावा. त्यामधे आलं-लसूण, हिरवी मिरची, कोथिंबीर, चवीनुसार मीठ घालून त्यामधे कणीक घालावी. नंतर नेहमीप्रमाणे पोळी लाटून तव्यावर भाजावी.

कसुरी पराठा

साहित्य

कणीक	२ वाट्या	हिंग, हळद	पाव चमचा
मक्याचे पीठ	१ वाटी	धणे-जिरे पूड	अर्धा चमचा
आलं-लसूण पेस्ट	१ चमचा	कसुरी मेथी	अर्धी वाटी
मीठ	चवीनुसार	तेल	४ चमचे

कृती

२ वाट्या कणीक व १ वाटी मक्याचे पीठ घेऊन त्यामध्ये १ चमचा आलं-लसूण पेस्ट, चवीनुसार मीठ, हिंग, हळद धणे-जिरे पूड व अर्धी वाटी कसुरी मेथी घालावी. थोडे तेल घालून मिश्रण चांगले मळून घ्यावे. त्याची मोठी गोल पोळी लाटून त्यावर तेल लावावे. थोडा रवा भुरभुरून रोल करावा. नंतर त्याचे छोटे छोटे काप करून, कापलेला भाग वर ठेवून पुन्हा छोटे छोटे पराठे लाटून मंद आचेवर तेलावर भाजावेत.

नीर डोसा

साहित्य

तांदळाचे पीठ	२ वाट्या
नारळाचे दूध	अर्धी वाटी
नारळाचे पाणी	पाव वाटी
मीठ	चवीनुसार

कृती

तांदळाचे पीठ भिजवून बारीक वाटून घ्यावे. त्यामध्ये थोडे नारळाचे दूध, नारळाचे पाणी घालून त्याचे डोसे घालावेत.

टोमॅटो पराठा

साहित्य

टोमॅटो	४-५
लसूण पेस्ट	१ चमचा
तूप	२ चमचे
मीठ, तिखट	चवीनुसार
कणीक	२ वाट्या
ओवा	१ चमचा

कृती

४-५ टोमॅटो धुवून, चिरून शिजवून घ्यावे. शिजवताना त्यात एक चमचा लसूण पेस्ट घालावी मिक्सरमध्ये बारीक करून, गाळून घेऊन त्यामध्ये २ चमचे तूप किंवा तेल, चवीनुसार मीठ, तिखट व मावेल तेवढी कणीक घालून थोडा ओवा घालावा. नेहमीच्या पराठ्याप्रमाणे पराठे बनवावे.

धिरडे

साहित्य :-

कणीक	१ वाटी	हिरवी मिरची	३-४
आंबट दही	३-४ चमचे	कोथिंबीर	थोडीशी
जिरे	१ चमचा	लसूण पेस्ट	अर्धा चमचा
मीठ	चवीनुसार	तांदळाची पिठी	२ चमचे
हिंग	पाव चमचा	तेल	२ चमचे
हळद	पाव चमचा		

कृती

एक वाटी कणीक घेऊन त्यामध्ये ३-४ चमचे आंबट दही, जिरे, मीठ, हिंग, हळद, बारीक चिरलेली हिरवी मिरची, कोथिंबीर व अर्धा चमचा लसूण पेस्ट, २ चमचे तांदळाची पिठी मिसळून डोश्यासारखे पातळ करावे व डोश्याप्रमाणेच तेल टाकून मंद आचेवर धिरडे घालावे.

अंडा पराठा

साहित्य

अंडी	३	कोथिंबीर	थोडीशी
आलं-लसूण वाटण	अर्धा चमचा	धणे पूड	अर्धा चमचा
तिखट	चवीनुसार	कणीक	२ वाट्या
हळद	पाव चमचा	तेल	४ चमचे
मीठ	चवीनुसार		

कृती

३ अंडी फोडून त्यामध्ये अर्धा चमचा आलं-लसूण वाटण, चवीनुसार तिखट, हळद, मीठ, कोथिंबीर व अर्धा चमचा धणे पूड घालावी. मिश्रण एकत्र फेटून त्यात मावेल तेवढी कणीक घालून गोल पोळी लाटावी. मध्ये तेल लावून अर्धी पोळी दुमडावी व अर्ध्या भागावर परत तेल लावून तो भाग दुमडून त्रिकोणी पराठा लाटावा. नेहमीसारख्या पराठयाप्रमाणे शेकून घ्यावा.

मेथी पराठा

साहित्य

मेथी	१ वाटी	दही	अर्धी वाटी
लसूण वाटण	१ चमचा	हिंग	पाव चमचा
कोथिंबीर	थोडीशी	मीठ	चवीनुसार
हिरवी मिरची	३-४	जिरे	१ चमचा
हळद	पाव चमचा	कणीक	२ वाट्या

कृती

एक वाटी मेथी बारीक चिरून त्यामध्ये एक चमचा लसूण पेस्ट, बारीक चिरलेली कोथिंबीर, मिरची, हळद, अर्धी वाटी दही, पाव चमचा हिंग, चवीनुसार मीठ, १ चमचा जिरे घालून मावेल तेवढी कणीक मिसळावी. प्रथम त्याची गोल पोळी लाटून त्यावर तेल लावावे. वरून थोडा रवा भुरभुरून परत घडी करावी. नंतर परत अशाच पद्धतीने दुसरा भाग दुमडून घ्यावा. नेहमीच्या पराठ्याप्रमाणे पराठा लाटून तव्यावर भाजून घ्यावा.

तांदळाचे थालीपीठ

साहित्य

तांदळाची पीठ	२ वाट्या	हिंग	पाव चमचा
हिरवी मिरची	३-४	कोथिंबीर	अर्धी वाटी
चिरलेला कांदा	१ वाटी	दही	अर्धी वाटी
जिरे	१ चमचा	आमचूर पूड	१ चमचा
मीठ, हळद	चवीनुसार		

कृती

२ वाट्या तांदळाची पिठी घेऊन त्यामध्ये बारीक चिरलेली मिरची, एक वाटी बारीक चिरलेला कांदा, जिरे, चवीनुसार मीठ, थोडी हळद, पाव चमचा हिंग, अर्धी वाटी बारीक चिरलेली कोथिंबीर, अर्धी वाटी दही किंवा १ चमचा आमचूर पूड घालून मिश्रण एकत्र करावे. गरज पडल्यास थोडे गरम पाणी घालावे. तव्यावर नेहमीप्रमाणे थालीपीठ थापून वर थोडे तीळ लावावे. खरपूस तेलावर परतून दह्याबरोबर द्यावे.

ब्रेड थालीपीठ

साहित्य

ब्रेडचा चुरा	३ वाट्या	धणे-जिरे पूड	१ चमचा
चिरलेला कांदा	१ वाटी	दही	पाव वाटी
कोथिंबीर	थोडीशी	तेल	४ चमचे
हळद, तिखट, मीठ	चवीनुसार		

कृती

ब्रेड मिक्सरमध्ये बारीक करून घ्यावा. ३ वाट्या ब्रेडचा चुरा असेल तर एक वाटी बारीक चिरलेला कांदा, कोथिंबीर, चवीनुसार हळद, तिखट, धणे-जिरे पूड, मीठ व थोडे दही घालून आवश्यकतेनुसार पाणी घालावे. नेहमीच्या थालीपीठाप्रमाणे थालीपीठ थापून वरून तीळ घालावे. खमंग परतून लोणी किंवा मलईच्या दह्याबरोबर द्यावे.

मेथी मकई पराठा

साहित्य

मक्याचे पीठ	१ वाटी	स्वीटकॉर्न	१ वाटी
कणीक	१ वाटी	लिंबाचा रस	१ चमचा
मीठ	चवीनुसार	कोथिंबीर	थोडीशी
तूप	४ चमचे	हळद	पाव चमचा
लसूण	२ चमचे	हिरव्या मिरच्या	५-६
मेथी	१ वाटी		

कृती

१ वाटी मक्याचे पीठ, १ वाटी कणीक एकत्र करून त्यामध्ये चवीनुसार मीठ, थोडे तूप घालून गोळा मळून बाजूला ठेवावा. थोडया तेलात २ चमचे लसूण परतून त्यावर बारीक चिरलेली मेथी परतावी. त्यात एक वाटी स्वीटकॉर्न (बाजारात डब्यात मिळतो तो) घालून चवीनुसार मीठ, लिंबाचा रस, कोथिंबीर, थोडी हळद व बारीक चिरलेली मिरची घालावी. मिश्रण एकत्र करून गॅस बंद करावा. नंतर तयार गोळ्यामध्ये हे मिश्रण भरून पराठे लाटावे. मंद आचेवर शेकून मलईच्या दह्याबरोबर खायला द्यावे.

मुघलाई पराठा

साहित्य

कणीक	१ वाटी	दूध	१ वाटी
मैदा	१ वाटी	खवा	अर्धी वाटी
वेलदोड्याची पूड		पिस्ता	पाव वाटी
(इलायची पूड)	पाव चमचा	हिरवी मिरची	२-३
मीठ	चवीनुसार	कोथिंबीर	थोडीशी
साखर	पाव चमचा	तूप	पाव वाटी
केशर	पाव चमचा		

कृती

एक वाटी कणीक, एक वाटी मैदा, पाव चमचा वेलदोड्याची पूड, चवीनुसार मीठ, पाव चमचा साखर, थोडे केशर घालून मिश्रण एकत्र करून कोमट दुधात भिजवावे. अर्धी वाटी खवा घेऊन त्यात पातळ पिस्त्याचे काप, थोडी साखर, मीठ, बारीक चिरलेली हिरवी मिरची, कोथिंबीर घालून एकत्र करावे. भिजलेल्या कणकेचा एक गोळा घेऊन त्याची पोळी लाटावी व त्यावर हे मिश्रण पसरून दुसरी पोळी लाटून त्यावर ठेवावी व त्याचे कंगोरे दुमडून मंद आचेवर तुपावर शेकावी. मलईच्या दह्याबरोबर द्यावी.

पत्री पापड पराठा

साहित्य

कणीक	३ वाट्या
मीठ	अर्धा चमचा
तेल	४ चमचे
कोथिंबीर	पाव वाटी
हळद	पाव चमचा
हिंग	पाव चमचा
आमचूर पूड	अर्धा चमचा

कृती

कणकेत मीठ, थोडे तेल, बारीक चिरलेली कोथिंबीर, हळद, हिंग, आमचूर पूड व पाणी घालून चांगले मळून, याची पोळी लाटून त्यावर थोडे तेल लावावे. पोळीच्या आकाराचा एक पापड थोडा ओला करून त्यावर पसरून पोळीची घडी करावी. त्रिकोणी घडी झाल्यावर तिन्ही बाजूंनी थोडेसे लाटून तव्यावर मंद आचेवर शेकून दह्याबरोबर द्यावा.

केळे खसखशीची पुरी

साहित्य

कच्ची केळी	२
पिकलेली केळी	१
कणीक	२ वाट्या
खसखस	४ चमचे
मीठ	चवीनुसार
तेल	पाव वाटी

कृती

कच्ची केळी व पिकलेले केळे मिक्सरमध्ये बारीक करावे. त्यात मावेल तेवढी कणीक व खसखस घालून चवीनुसार मीठ घालून गोळा मळून ठेवावा. नंतर त्याच्या पुऱ्या लाटून वरून थोडी खसखस लावावी. तेलात तळून घ्याव्यात.

नवरत्न पराठा

साहित्य

बीट	१	पनीर किंवा टोफू	अर्धी वाटी
तेल	१ चमचा	मोड आलेले कडधान्य	अर्धी वाटी
कणीक	२ वाट्या	लिंबाचा रस	१ चमचा
मीठ, साखर	चवीनुसार	कोथिंबीर	थोडीशी
फ्लॉवर	अर्धी वाटी	तेल	पाव वाटी
किसलेले गाजर	अर्धी वाटी		

कृती

एक बीट मिक्सरमध्ये बारीक करून त्यामध्ये १ चमचा तेल, मावेल तेवढी कणीक, चवीनुसार मीठ घालून गोळा मळून ठेवावा. बारीक चिरलेला कोबी, गाजर, पनीर किंवा टोफू, मोड आलेले कडधान्य, लिंबाचा रस, मीठ, साखर, कोथिंबीर एकत्र करून एका पोळीवर ठेवावे. दुसरी तशीच पोळी लाटून पहिल्या पोळीवर ठेवावी व सर्व बाजूंनी दुमडून घ्यावी. खरपूस तेलात किंवा तुपावर भाजून पराठा दह्याबरोबर द्यावा.

पोळ्यांचे थालीपीठ

साहित्य

पोळ्यांचा रवा	८ ते १०	आमचूर पूड	अर्धा चमचा
बारीक चिरलेले कांदे	२	हळद	पाव चमचा
हिरवी मिरची	३-४	तिखट, मीठ	चवीनुसार
कोथिंबीर	थोडीशी	तेल	४ चमचे

कृती

वरील सर्व मिश्रण एकत्र करून सैलसर भिजवावे. आमचूर पूडऐवजी दही वापरले तरी चालेल. तयार केलेले मिश्रण हातावर घेऊन पोळीच्या आकाराचे थालीपीठ थापून घ्यावे व नंतर तव्यावर भाजावे. पोळीचे असल्यामुळे खुसखुशीत होते व तेलही कमी लागते. लोणी व लोणच्याबरोबर द्यावे.

चायनीज रोटी

साहित्य

कणीक	१ वाटी	टोमॅटो सॉस	१ चमचा
सोया सॉस	१ चमचा	पातीचा कांदा	२ नग
व्हिनेगर	१ चमचा	मीठ	चवीनुसार
तीळ	१ चमचा	हिरवी मिरची	६-७ नग
बारीक चिरलेला लसूण	१ चमचा		

कृती

१ वाटी पिठात मीठ, व्हिनेगर व सोया सॉस घालून कणीक मळून घ्यावी. त्यानंतर पोळया लाटून शेकून घ्याव्या त्या पोळयांचे लांब-लांब तुकडे करून मंद आचेवर तळावेत. दुसऱ्या फ्रायपॅनमध्ये तेल घेऊन त्यात लसूण, हिरवी मिरची, परतून थोडे टोमॅटो सॉस व सोया सॉस घालून तळलेले पोळ्यांचे तुकडे घालून परतावे. वरून पातीचा कांदा व तीळ घालून खायला द्यावे.

मक्याचे थालीपीठ

साहित्य

मक्याचे दाणे	२ वाट्या	मीठ	चवीनुसार
तांदळाची पिठी	पाव वाटी	हिंग	पाव चमचा
बारीक चिरलेला कांदा	अर्धी वाटी	जिरे	अर्धा चमचा
हिरवी मिरची	३-४	कोथिंबीर	४ चमचे
हळद	पाव चमचा	लिंबू	१

कृती

मक्याचे दाणे मिक्सरवर बारीक करून घ्यावे. त्यामध्ये बारीक चिरलेला कांदा, कोथिंबीर, हिरवी मिरची, हळद, हिंग, जिरे, लिंबाचा रस, चवीनुसार मीठ सर्वात शेवटी पाव वाटी तांदळाची पिठी घालून मिश्रण एकत्र करावे. नेहमीच्या थालीपीठाप्रमाणे लावून मध्ये-मध्ये छिद्र पाडावे. खरपूस शेकून लोण्याबरोबर द्यावे.

पनीर भटूरे

साहित्य

पनीर	१ वाटी	यीस्ट	१० ग्रॅम
ओवा	अर्धा चमचा	मीठ, साखर	चवीनुसार
जिरे	अर्धा चमचा	दही	अर्धी वाटी
बडीशेप	पाव चमचा	तेल	३ चमचे
काळी मिरी	पाव चमचा	बुंदी	१ वाटी
मैदा	अर्धा किलो		

कृती

सर्वप्रथम मसाले एकत्र करून पूड तयार करावी व ती पूड किसलेल्या पनीरमध्ये घालावी. त्यात कोथिंबीर, हळद, चवीनुसार मीठ, साखरसुद्धा घालावी. मैद्यात ॲक्टीव्हेटेड यीस्ट, मीठ, साखर, दही घालून चांगले मळून मिश्रण १० मिनिटे तसेच ठेवावे. नंतर त्याचे सम प्रमाणात गोळे बनवून त्यामध्ये पनीरचे मिश्रण भरून गोलाकार लाटून तळावे याबरोबर बुंदी रायता किंवा मिक्स लोणचे द्यावे.

उकडपेंडी

साहित्य

कणीक	२ वाट्या	हळद	पाव चमचा
मोहरी	१ चमचा	तिखट	चवीनुसार
चिरलेला लसूण	१ चमचा	आमचूर	अर्धा चमचा
हिरवी मिरची	४-५	मीठ, साखर	चवीनुसार
चिरलेला कांदा	अर्धी वाटी	कोथिंबीर	थोडीशी

कृती

साधारण २ वाट्या कणकेची उकडपेंडी ६-७ लोकांना पुरेल. कढईत तेल तापल्यावर त्यामधे मोहरी, बारीक चिरलेला लसूण, हिरवी मिरची व कांदा घालून चांगले परतावे. नंतर त्यात हळद, तिखट व कणीक, थोडेसे आमचूर, मीठ, साखर घालून खमंग होईस्तोवर परतून गरम पाणी घालून एक वाफ येवू द्यावी. नंतर कोथिंबीर घालून द्यावी.

मुगाचे उत्तपम

साहित्य

मोड आलेले मूग	१ पाव	बारीक चिरलेला पालक	१ वाटी
ओट्सचे पीठ	१ वाटी	लसूण	७-८ पाकळ्या
राजगिरा पीठ	१ वाटी	मीठ	चवीनुसार
दही	१ चमचा	तीळ	१ चमचा
लाल मिरची	४-५	बारीक चिरलेली कोथिंबीर	४ चमचे
बारीक चिरलेला कोबी	१ वाटी		
बारीक चिरलेले गाजर	१ वाटी		

कृती

मोड आलेले मूग मिक्सरवर बारीक करून घ्यावे व त्यात ओट्सचे पीठ व राजगिऱ्याचे पीठ मिसळावे. नंतर सर्व जिन्नस एकत्र करून स्प्राऊटेड मुगाच्या मिश्रणात घालावे मिश्रण घट्ट ठेवावे. नंतर या मिश्रणाचे गोळे पोळपाटावर थोडे जाडसर लाटून कमी आचेवर शेकून घ्यावे. खोबऱ्याच्या चटणीबरोबर द्यावे.

उत्तपम पिझ्झा

साहित्य

डोश्याचे पीठ	२ वाट्या	कांदे	१ वाटी
लांब कापलेली		मशरूम	१ वाटी
सिमला मिरची	१ वाटी	मोझोरोला चीज	अर्धी वाटी
टोमॅटो	१ वाटी	पिझ्झा सॉस	अर्धी वाटी

कृती

तव्यावर जाडसर उत्तपम (साधे) काढून ठेवावे. नंतर त्यावर पिझ्झा सॉस, भाज्या व वरून चीज घालून ८ ते १० मिनिटे ब्राऊन होईस्तो बेक करावे.

टीप :- ओव्हन नसेल तर घरच्या तव्यावर अगदी मंद आचेवर बेस कडक होईस्तोवर करा.

कोकोनट पोटॅटो डोसा

साहित्य

डोश्याकरीता :-		दाण्याचे कूट	अर्धी वाटी
बटाटे	२	जिरे	१ चमचा
आरारूट	१ चमचा	कोथिंबीर	थोडीशी
मीठ	चिमूटभर	हिरवी मिरची	४-५
मसाल्याकरीता :-		दही	अर्धी वाटी
ओलं खोबरं	१ वाटी	काजू किशमीश	४ चमचे
मीठ, लिंबू, साखर	चवीनुसार		

कृती

बटाटे किसून त्यामध्ये चवीनुसार मीठ, १ चमचा आरारूट घालून हे मिश्रण तव्यावर पातळ पसरवावे. थोडे तेल घालून झाकण ठेवावे. तोपर्यंत दाण्याचे कूट, खोबरं, कोथिंबीर, बारीक चिरलेली हिरवी मिरची, मीठ, लिंबू, साखर एकत्र करून डोश्याचा मसाला तयार करून ठेवावा. त्यावर जिऱ्याची फोडणी घालावी. एका पातेल्यात २ चमचे तेल गरम करून त्यामध्ये जिरे, हिरवी मिरची व पाणी घालून उकळी येऊ द्यावी. नंतर त्यात घोटलेले दही, दाण्याचा कूट, चवीनुसार मीठ, साखर कोथिंबीर घालून पातळ आमटी सारखे तयार करावे. नंतर झाकून ठेवलेल्या डोश्यावर खोबऱ्याचा मसाला, काजू किशमीश घालून रोल करावा.

डोसाई नूडल्स

साहित्य

उडदाची डाळ	१ वाटी	धणे	१ चमचा
तांदूळ	३ वाट्या	लाल मिरची	२-३
चटणीकरीता		हिंग	पाव चमचा
उडदाची डाळ	२ चमचे	सुके खोबरे	२ चमचे
मेथीदाणा	अर्धा चमचा	कढीपत्ता	२ चमचे
जिरे	अर्धा चमचा	हळद	पाव चमचा

कृती

एका पॅनमध्ये धणे, जिरे, हिंग, लाल मिरची, उडदाची डाळ थोड्या तेलात खमंग भाजून घ्यावी. नंतर त्यात इतर उरलेले जिन्नस व चवीनुसार मीठ घालून बारीक करावे. तांदूळ, उडदाची डाळ व अर्धा चमचा मेथीदाणा आदल्या दिवशी एकत्र भिजवून वाटून घ्यावे. ७-८ तास आंबवून त्याचे डोसे तयार घालावे. डोसे एकावर एक ठेवून त्याच्या पट्ट्या कापाव्या त्यावर तयार केलेली पूड चटणी टाकून मिसळून घ्यावी. खोबऱ्याच्या चटणी बरोबर द्यावे.

खोबऱ्याच्या चटणीकरीता : ओले खोबरे, जिरे, आलं, हिरवी मिरची, कोथिंबीर एकत्र वाटून चवीनुसार मीठ घालावे. हिंग व मोहरीची वर फोडणी घालावी.

व्हेज नूडल्स

साहित्य

गाजर	१	चिरलेला लसूण	१ चमचा
सिमला मिरची	१	सोया सॉस	१ चमचा
कोबी	१ वाटी	टोमॅटो सॉस	१ चमचा
पातीचा कांदा	पाव वाटी	मीठ	चवीनुसार
नूडल्स	२०० ग्रॅम	बडीशेप पूड	पाव चमचा
बीन्स स्प्राउट	अर्धी वाटी		

कृती

सर्वप्रथम गाजर, सिमला मिरची, कोबी, पातीचा कांदा लांब कापावा. एका पातेल्यात पाणी उकळून त्यामध्ये मीठ घालून त्यात नूडल्स शिजवावे (नूडल्सचे प्रमाण जास्त असेल तर एकत्र न टाकता दोन भागात वेगवेगळे शिजवावे, त्यामुळे ते चिकट होणार नाहीत). एका पॅनमध्ये थोडे तेल घेऊन त्यामध्ये बारीक चिरलेला लसूण, थोडेसे सोया सॉस, किंचित टोमॅटो सॉस व भाज्या घालून परतून घ्यावे. भाज्या अर्धवट शिजल्यावर नूडल्स घालावे. चवीनुसार मीठ घालून परतावे. समजा २०० ग्रॅम नूडल्स असतील तर छोटा पाव चमचा बडीशेप पूड घालावी. त्याने चव येते.

सँडवीच उत्तपम

साहित्य

डोश्याचे पीठ	अर्धा किलो	चिली फ्लेक्स	१ चमचा
कांदा	१	कोथिंबीर	४ चमचे
टोमॅटो	२	बटर	२ चमचे
पालक	पाव किलो	मीठ, साखर	चवीनुसार
मशरुम	अर्धी वाटी		

कृती

तव्यावर डोश्याच्या पिठाचे जाडसर उत्तपम बनवून घ्यावा. वरचा भाग ओला असतानाच त्यावर लांब चिरलेले कांदे घालून बाजूला ठेवावा. पुन्हा दुसरे उत्तपम बनवून त्यावर चिरलेला टोमॅटो घालावा. दोन्ही एकावर एक ठेवून बाजूला ठेवावा. तिसरे उत्तपम तयार करून त्यावर बारीक चिरलेला पालक, चिली फ्लेक्स, मीठ, साखर घालून तो दोन्ही तयार उत्तपमवर पालथा घालावा. वरची बाजू प्लेन असायला हवी. नंतर सराट्याने दाबून चांगला भाजावा. हव्या त्या आकारात कापून खायला द्यावा. मध्ये-मध्ये बटरचा वापर करावा.

मशरूम भुर्जी

साहित्य

मशरूम	१० ते १५	मीठ	चवीनुसार
लसूण बारीक चिरून	२ चमचे	लिंबू	१ नग
कांदा बारीक चिरून	१ नग	कोथिंबीर	पाव वाटी
हिरवी मिरची चिरून	४-५	जिरे	१ चमचा
हळद	पाव चमचा	तेल	४ चमचे

कृती

मशरूमचे बारीक तुकडे करून घ्यावे (खिम्यासारखे), फ्रायपॅनमध्ये २ चमचे तेल घालून जिरे, हिरवी मिरची, लसूण, बारीक चिरलेला कांदा घालावा. थोडी हळद, मशरूम घालून परतावे नंतर थोडे लिंबू, मीठ घालावे. वरून कोथिंबीर घालून पावाबरोबर घ्यावी.

टीप :- ही सगळी प्रक्रिया मोठया गॅसवर (हायफ्लेमवर) करावी. म्हणजे भुर्जी कुरकुरीत होईल.

रोटी पास्ता

साहित्य

पोळ्या	५	मीठ, लिंबू, साखर	चवीनुसार
गाजराच्या उभ्या		तेल	२ चमचे
चकत्या	२ वाट्या	लांब चिरलेला कोबी, सिमला	
बारीक चिरलेली		मिरची, हिरवे कांदे	२ वाट्या
कोथिंबीर	१ चमचा	काळी मिरी पूड	छोटा पाव चमचा

कृती

गरम पाण्यात पोळीच्या लांब कापलेल्या पट्ट्या उकळवून घ्याव्या. त्या थंड झाल्यावर तेलाचा हात लावून ठेवावा. फ्राय पॅनमध्ये तेल घेऊन प्रथम सर्व भाज्या नंतर पोळीच्या पट्ट्या व उरलेले सर्व जिन्नस टाकून परतून घ्यावे व खायला द्यावेत.

कॅबेज रोल

साहित्य

चिरलेला कोबी	५ वाट्या	डाळीचे पीठ	२ चमचे
आलं लसणाचे वाटण	१ चमचा	कणीक	२ चमचे
हळद, तिखट	चवीनुसार	बारीक चिरलेली	
आमचूर पूड	अर्धा चमचा	कोथिंबीर	१ चमचा
धणे-जिरे पूड	१ चमचा		

कृती

२ चमचे तेलात आलं लसणाचे वाटण टाकून कोबी वाफवून घ्यावा. कोबी वाफवल्यावर उरलेले मसाले घालून बेसन व कणीक मिसळावी. थोडे परतून एक वाफ आणावी. नंतर याचा लांबट गोळा करून वाफवून घ्यावा. त्याच्या गोल गोल चकत्या पाडून त्या परतून किंवा तळून चटणीबरोबर खायला द्याव्यात.

रोल सँडवीच

साहित्य

न कापलेला ब्राउन ब्रेड	१ नग	कोबीची पाने	३-४
हिरवी चटणी	अर्धी वाटी	चाट मसाला	चवीनुसार
आलं-लसूण वाटण	२ चमचे	टोमॅटो सॉस	२ चमचे
पालकाची पाने	३-४		

कृती

यासाठी न कापलेला ब्रेड घेऊन त्याचे लांब स्लाईस कापावेत व त्याच्या दोन बाजूंच्या लांब कडा कापून ठेवाव्यात. हिरवी चटणी, कोथिंबीर, आलं लसूणची पेस्ट लावावी. नंतर टोमॅटो सॉस, कोबी व पालकाची पाने घालून त्याचा रोल करावा. रोलचे तुकडे करून फ्रीजमध्ये ठेवावेत. खायच्या वेळी ८-१० मिनिटे बेक करून चाट मसाला घालून खायला द्यावेत.

दही पोहे

साहित्य

पातळ पोहे	२ वाट्या
शेंगदाणे	३ चमचे
लसूण, मिरची आणि	
कोथिंबीर वाटण	२ चमचे
मीठ	चवीनुसार
चिरलेला कांदा	पाव वाटी
मलईचे दही	अर्धी वाटी

कृती

पोहे, हिरवी चटणी, तेल मीठ एकत्र करून त्याम ध्ये मलईचे दही घालावे. वरून कांदा, कोथिंबीर घालून द्यावे. सोबत मलईचे दही द्यावे.

चीजी पोटॅटो रोल

साहित्य

चीज	पाव वाटी
उकडलेले बटाटे	२
कॉर्नस्टार्च	२ चमचे
मिक्स हर्ब्स	१ चमचा
कोथिंबीर थोडीशी	
दाण्याचे कूट	पाव वाटी

कृती

बटाटे मोठया किसणीने किसून पाण्यात घालून ठेवावेत. बाहेर काढून त्यात थोडे मीठ, कॉर्नस्टार्च घालून नॉनस्टीक फ्रायपॅनवर डोश्याप्रमाणे पसरवावे. मंद आचेवर तेलाच्या सहाय्याने तांबूस रंगात परतून घ्यावे. वरून कोथिंबीर, मिक्स हर्ब्स, चीज घालून त्याचा रोल तयार करावा व सॉस बरोबर द्यावा.

चीज लॉलीपॉप

साहित्य

तयार पोळ्या	५-६	ब्रेड क्रम्स	अर्धी वाटी
प्रोसेस्ड चीज	१ वाटी	मीठ, लिंबू, साखर	चवीनुसार
दूध	पाव वाटी	हिरवी चटणी	१ चमचा
भाजलेले दाणे	४ चमचे	कोथिंबीर	-

कृती

पोळी कुस्करून त्यामध्ये मीठ, लिंबू, साखर, हिरवी चटणी व भाजलेले शेंगदाणे घालावेत. नंतर त्याचे छोटे गोळे तयार करून एका काडीला लावावे. चीज व दूध एकत्र करून मिक्सरमध्ये पेस्ट तयार करावी. ही पेस्ट थोडी गरम करून यामध्ये काडीला लावलेले पोळीचे बॉल्स बुडवून हे बॉल्स नंतर ब्रेड क्रम्सवर घोळवून बाजूला ठेवावेत. नंतर काडी काढून सॉस बरोबर द्यावेत.

उपवासाचे कटलेट

साहित्य

उकडलेले बटाटे	२	साबुदाणा पीठ	१ वाटी
हिरवी मिरची	५-६	राजगिरा पीठ	१ वाटी
कोथिंबीर	पाव वाटी	बटाटयाची तयार शेव	१ वाटी

कृती

एका पातेल्यात २ चमचे तेल घेऊन त्यात मिरची, कोथिंबीर चटणी घालून थोडे परतावे व उरलेले जिन्नस घालून हा मसाला बटाटयात मिक्स करावा मिश्रण थोडे ओले झाले असेल तर भाजलेल्या साबुदाण्याचे पीठ किंवा राजगिरा पीठ घालावे. नंतर याचे चपटे गोळे थापून ते बटाट्याच्या शेवेत घोळवून तळावे. दही मिरची बरोबर खायला द्यावे.

मकई चाट

साहित्य

स्वीटकॉर्न	२ वाट्या	कोथिंबीर	पाव वाटी
अनारदाणे	अर्धी वाटी	जिरे पूड	१ चमचा
लिंबाचा रस	१ चमचा	ओला नारळ	२ चमचे
मीठ, साखर	चवीनुसार	कॉर्नफ्लेक्स	पाव वाटी

कृती

२ वाट्या स्वीटकॉर्नचे दाणे वाफवून घ्यावे. त्यामध्ये अर्धी वाटी अनारदाणा, लिंबाचा रस, चवीनुसार मीठ, साखर, बारीक चिरलेली कोथिंबीर, जिरे पूड व २ चमचे ओले खोबरे घालून मिश्रण एकत्र करावे. त्यावर कॉर्नफ्लेक्स घालावे.

भाकरीचा दह्यातला काला

साहित्य

दही	१ वाटी	मीठ	१ चमचा
भाकरी	२-३	कढीपत्ता	थोडासा
हिरव्या मिरच्या	२	हळद, मीठ	चवीनुसार
तिखट	१ चमचा	शेंगदाणे	पाव वाटी
चिरलेला कांदा	१		

कृती

भाकरी बारीक कुस्करून त्याला दही लावून ठेवावे. तेलाची फोडणी करून त्यात कढीपत्ता मिरच्या हळद, दाणे घालावे. तिखट, मीठ भाकरीला लावावे, भाकरीला वरील फोडणी द्यावी. एकत्र करून खायला द्यावे.

व्हेजी टोफू रोल

साहित्य

दुधी	१	धणे-जिरे पूड	१-१ चमचा
पालक	१ जुडी	आमचूर पूड	१ चमचा
टोफू	१०० ग्रॅम	आलं-लसूण वाटण	१-१ चमचा
वाटलेले वाटाणे	अर्धी वाटी	मीठ, साखर	चवीनुसार
हळद, तिखट	चवीनुसार	कॉर्नस्टार्च	२ चमचे

कृती

सर्व प्रथम पातेल्यात आलं-लसूण पेस्ट घेऊन त्यात हळद, तिखट व मीठ चवीनुसार घालून थोडे परतल्यावर त्यात वाटलेलं वाटाणे घालावे वाटाणे चांगले परतून झाल्यावर बाजूला काढून ठेवावे. नंतर दुधी किसून त्यात मीठ व कॉर्नस्टार्च मिसळावा. त्यानंतर तव्यावर डोश्याप्रमाणे पसरवून जाळी तयार करावी. भाजून थोडे तेल सोडावे. थोडे कडक झाल्यावर त्यावर पालकाची पाने पसरवून त्यावर तयार केलेला वाटाण्याचा मसाला व किसलेला टोफू पसरवून रोल करावा.

हुरड्याचा सांजा

साहित्य

गव्हाचा कोवळा	
हुरडा	१ वाटी
तेल	४ चमचे
हिंग	पाव चमचा
चिरलेला कांदा	अर्धी वाटी
तिखट, मीठ	चवीनुसार

कृती

हिरव्या गव्हाच्या ओंब्यातील कोवळा हुरडा काढून, २ चमचे तेलावर भाजून खलबत्त्यात कुटावा. एका पॅनमध्ये तेल गरम करून त्यात हिंग, मोहरी, चिरलेला कांदा, तिखट, मीठ घालून फोडणीत बारीक केलेला हुरडा घालावा चांगला खमंग परतून घ्यावा.

क्रिस्पी ब्रेड

साहित्य

ब्रेड	१० नग
किसलेल्या भाज्या	३ वाट्या
(गाजर, पानकोबी, सिमला मिरची)	
भाजलेला मैदा	३ चमचे
आलं लसूण पेस्ट	२ चमचे
लिंबाचा रस	३ चमचे
साखर, मीठ	चवीनुसार
बारीक चिरलेली	
कोथिंबीर	२ चमचे
तेल	तळायला

कृती

कढईत थोड्या तेलावर आलं-लसूण भाजून, त्यात सर्व भाज्या घालून २ मिनिटे शिजवावे. मीठ, साखर घालून गॅस बंद करावा. थंड झाल्यावर भाजलेला मैदा, कोथिंबीर घालून याचा गोळा करावा. गोळा ब्रेडवर पसरवून त्यावर तीळ थापावे. असा तयार ब्रेड मंद आचेवर तळून त्याचे लांब किंवा चौकोनी तुकडे करावे. सॉसबरोबर खायला द्यावे.

कॉर्न राईस

साहित्य

वाफवलेले स्वीटकॉर्न	१ वाटी	सोया सॉस	५ चमचे
तयार भात	१ वाटी	टोमॅटो सॉस	२ चमचे
बारीक चिरलेला लसूण	२ चमचे	तिखट, मीठ, साखर	चवीनुसार
आलं-लसूण पेस्ट	३ चमचे	मिक्स हर्ब्स	१ चमचा
व्हिनेगर	१ चमचा	तेल	४ चमचे
कॉर्नस्टार्च	अर्धी वाटी		

कृती

सर्व प्रथम स्वीटकॉर्नला आलं-लसूण पेस्ट, मीठ, थोडे व्हिनेगर लावून ठेवावे. तोयर्पंत एका पातेल्यात भात शिजवून घ्यावा. भात शिजवताना त्यात थोडे व्हिनेगर, मीठ, साखर, सोया सॉस व तेल घालून शिजवावा. नंतर स्वीटकॉर्न कॉर्नस्टार्चवर घोळवून तळावे. एका पॅनमध्ये थोडे तेल घालून बारीक चिरलेला लसूण परतून घ्यावा. त्यामध्ये तिखट, टोमॅटो सॉस, सोया सॉस, मिक्स हर्ब्स घालून एकत्र करावे. नंतर त्यात स्वीटकॉर्नचे दाणे व तयार भात घालून मिक्स करावे.

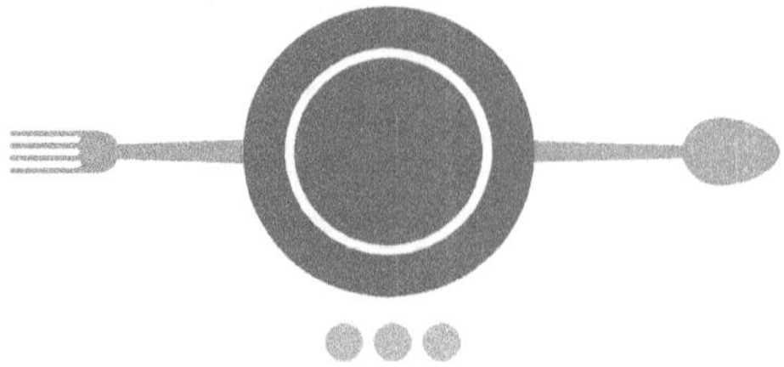

लेखक परिचय

विष्णू मनोहर

गोविंद भवन,
गोरे पेठ, नागपूर
manohar.vishnu@gmail.com

- आंतरराष्ट्रीय स्तरावरील सेलिब्रिटी शेफ
- पाककृतींमध्ये स्वत:चा असा ठसा निर्माण करणारे यशस्वी हॉटेल व्यावसायिक
- जागतिक स्तरावर आयोजित पाककृतीविषयक परिषदांमध्ये सहभाग
- देशभरातच नव्हे, तर जगभरात अनेक ठिकाणी तब्बल ३५०० 'कुकरी शो' चे यशस्वी आयोजन
- पाककृती विषयक स्पर्धा, टी व्ही शो मध्ये तज्ज्ञ म्हणून सहभाग
- स्थानिक, प्रांतीय तसेच देशोदेशीच्या पाककृतींवर आधारित ३९ पुस्तकांचे लेखन
- अनेक वृत्तपत्रांमध्ये स्तंभलेखन
- लिम्का बुक ऑफ वर्ल्ड रेकॉर्डमध्ये अनेक विक्रमांची नोंद. 'यंगेस्ट आंत्रप्रेनर अ‍ॅवॉर्ड', 'सारथी पुरस्कार' यांसारख्या अनेक प्रतिष्ठित पुरस्कारांचे मानकरी

www.ingramcontent.com/pod-product-compliance
Lightning Source LLC
LaVergne TN
LVHW082043051026
849532LV00011B/3470
9789387408036